MỘT HƯỚNG DẪN ĐẦY ĐỦ ĐỂ NẤU ĂN BẰNG CÁCH SỬ DỤNG HOA CƠM CHÁY

Khám phá thế giới ẩm thực hoa cơm cháy qua 100 công thức nấu ăn

DIỆU MỸ

MỤC LỤC

MỤC LỤC

GIỚI THIỆU

Hoa cơm cháy, với những bông hoa mỏng manh và thơm ngát, mang đến hương vị độc đáo và mê hoặc cho nhiều món ăn sáng tạo. Trong hướng dẫn đầy đủ này, chúng ta sẽ đi sâu vào thế giới ẩm thực hoa cơm cháy, trình bày 100 công thức nấu ăn tinh tế thể hiện sự linh hoạt và quyến rũ của những bông hoa xinh đẹp này.

Trong nhiều thế kỷ, hoa cơm cháy đã được sử dụng trong nhiều nền văn hóa khác nhau để tăng cường hương vị cho các món ăn ngọt và mặn cũng như đồ uống. Hương hoa và vị ngọt tinh tế của chúng có thể biến một bữa ăn bình thường thành một trải nghiệm dành cho người sành ăn. Cho dù bạn là một đầu bếp dày dạn kinh nghiệm hay một người nấu ăn tại nhà thích phiêu lưu, bộ sưu tập công thức nấu ăn toàn diện này sẽ truyền cảm hứng cho bạn khám phá những khả năng thú vị của hoa cơm cháy trong nhà bếp của bạn.

Hãy tham gia cùng chúng tôi trong hành trình ẩm thực bao gồm các món khai vị, món chính, món tráng miệng và đồ uống. Khám phá nghệ thuật trộn hoa cơm cháy vào xi-rô, nước ép và rượu mạnh hoặc cách chúng có thể nâng tầm những món ăn cổ điển như bánh kếp hoa cơm cháy và gà thơm hoa cơm cháy. Từ các loại cocktail làm từ hoa cơm cháy cho đến các loại bánh ngọt làm từ hoa cơm cháy không thể cưỡng lại, khả năng thực hiện là vô tận như khả năng sáng tạo của bạn.

Hãy chuẩn bị để gây ấn tượng với gia đình và bạn bè của bạn bằng hương vị mê hoặc của những bông hoa này và hãy bắt đầu hành trình ẩm thực của bạn.

CÔNG THỨC CƠ BẢN

1.Nước ép cơm cháy và hoa cơm cháy

THÀNH PHẦN:

- 50g (13/4oz) hoa cơm cháy tươi hoặc khô
- 100g (31/2oz) quả cơm cháy
- 1 thanh quế nhỏ
- 1 thìa cà phê hồi
- 1 muỗng canh củ gừng tươi, bào sợi
- 400g (14oz) đường
- nước cốt của 1/2 quả chanh

HƯỚNG DẪN:

a) Cho tất cả các nguyên liệu trừ đường và nước cốt chanh vào nồi, thêm 1 lít (13/4 pint) nước, đậy nắp và đun trên lửa nhỏ trong 25–30 phút.

b) Lọc chất lỏng vào bình đo. Gạn 600ml (1 pint) vào nồi và thêm đường. (Có thể uống thêm chất lỏng như trà.)

c) Khuấy nhẹ trên lửa nhỏ để hòa tan đường. Khi đường đã tan hết, thêm nước cốt chanh vào và đun nhỏ lửa thêm 10–15 phút nữa rồi đậy nắp. Sau đó đun sôi trong 2-3 phút và tắt bếp.

d) Đổ vào chai thủy tinh đã khử trùng khi còn nóng, đậy kín, dán nhãn danh sách thành phần và ngày tháng. Bảo quản trong tủ lạnh và sử dụng trong vòng 3-4 tuần.

e) Thêm một thìa canh rượu vào cốc nước lạnh hoặc nóng, hoặc rưới lên bánh kếp hoặc ngũ cốc ăn sáng.

2.Xi-rô hoa cơm cháy

THÀNH PHẦN:

- 2 quả chanh, cắt lát hoặc cắt thành khối
- 15 bông hoa cơm cháy, cắt bỏ càng nhiều lá và thân càng tốt
- 1 kg đường cát (khoảng 5 cốc)
- 1 lít nước (khoảng 4 cốc)
- 20 gram axit citric (khoảng một muỗng canh tròn)

HƯỚNG DẪN:

a) Cho các lát chanh và hoa cơm cháy vào nồi rộng rãi, chịu nhiệt hoặc lọ lớn có nắp, dung tích ít nhất 2 lít (8 cốc).

b) Trong một nồi riêng, cho đường cát, nước và axit xitric đến gần sôi, đảm bảo đường tan hoàn toàn.

c) Nhẹ nhàng rưới si-rô đường lên chanh và hoa cơm cháy, khuấy đều để hòa quyện hương vị.

d) Để hỗn hợp đạt đến nhiệt độ phòng và đậy kín bằng nắp, đảm bảo kín khí (bạn có thể dùng màng bọc thực phẩm nếu cần).

e) Để hỗn hợp này nghỉ trong 48 giờ, khuấy vài lần mỗi ngày.

f) Sau 48 giờ, lọc hỗn hợp qua lưới lọc mịn và vải thưa để loại bỏ tạp chất. Kết quả sẽ là một loại xi-rô sạch, hơi vàng.

g) Chuyển xi-rô này vào nồi và đun sôi. Giảm nhiệt để duy trì độ sôi nhẹ trong khoảng 10 phút.

h) Đổ xi-rô nóng vào lọ hoặc chai đã chuẩn bị sẵn để đóng hộp (xi-rô có thể ổn định khi tuân thủ các quy trình đóng hộp thích hợp) hoặc bảo quản trong hộp kín trong tủ lạnh trong tối đa 2 tháng.

3.Hoa cơm cháy thân mật

THÀNH PHẦN:

- 2 cốc nước
- 2 cốc đường
- 1/4 chén hoa cơm cháy khô
- 1 quả chanh Meyer
- 1 1/2 muỗng cà phê axit citric

HƯỚNG DẪN:

a) Trong một cái chảo nhỏ bằng thép không gỉ, cho nước và đường vào đun sôi trên lửa vừa. Đun nóng cho đến khi đường tan hoàn toàn, mất khoảng 5 đến 7 phút. Tắt bếp và để xi-rô đơn giản nguội.

b) Rửa chanh Meyer, cắt lát và đặt các lát vào lọ thủy tinh đậy kín. Thêm bột hoa cơm cháy và axit citric vào lọ. Đổ xi-rô đơn giản đã nguội vào, đậy kín lọ và lắc đều. Bảo quản hỗn hợp trong tủ lạnh ít nhất 24 giờ và nếu bạn muốn hương vị đậm đà hơn, hỗn hợp có thể để trong tủ lạnh tới 72 giờ.

c) Sau thời gian truyền, lọc nước cốt qua vải thưa vào hộp đựng ưa thích của bạn. Hãy nhớ ấn miếng vải mỏng xuống để chiết hết chất lỏng.

d) Bảo quản nước ép hoa cơm cháy trong hộp thủy tinh kín trong tủ lạnh tối đa 3 tháng. Nếu bạn quyết định bỏ qua axit citric, hãy bảo quản nó không quá 3 tuần hoặc cho đến khi nước ép trở nên đục. Nếu bạn sử dụng vodka làm chất bảo quản thay cho axit xitric, hãy bảo quản nó không quá 6 tuần hoặc cho đến khi nó trở nên đục. Thưởng thức!

4.Rượu hoa cơm cháy

THÀNH PHẦN:

- 10 đến 20 đầu hoa cơm cháy, đã loại bỏ những cuống lớn
- 1 lít vodka hoặc Everclear
- 1/4 đến 1/2 chén đường

HƯỚNG DẪN:

a) Cắt những bông hoa cơm cháy khỏi cuống cho vào lọ Mason cỡ 1 lít. Hãy nhớ rằng thân và lá của cây cơm cháy rất độc, vì vậy hãy cố gắng loại bỏ càng nhiều cành càng tốt. Mặc dù việc loại bỏ tất cả chúng là một điều khó khăn nhưng việc dành chút thời gian cho bước này là điều cần thiết.

b) Đổ loại rượu bạn chọn lên hoa và đậy kín lọ. Việc lựa chọn rượu rất linh hoạt, nhưng nhiều người thích rượu vodka 80 độ. Tuy nhiên, để có hương vị hoa cơm cháy sạch hơn và tinh khiết hơn, bạn có thể chọn rượu vodka 100 độ. Đôi khi, có thể sử dụng Everclear hoặc rượu có nồng độ cồn 151+. Hàm lượng cồn cao hơn giúp chiết xuất đầy đủ các hương vị và mùi thơm từ hoa cơm cháy. Nếu sử dụng Everclear, hãy pha loãng rượu mùi với nước hoặc đá để dễ uống hơn vì nó đặc biệt mạnh.

c) Đảm bảo rằng hoa ngập hoàn toàn trong rượu. Nếu không, lớp trên cùng của hoa có thể bị oxy hóa khi tiếp xúc với không khí và chuyển sang màu nâu. Mặc dù điều này không gây hại cho rượu mùi, nhưng cách tiếp cận tốt hơn là sử dụng lọ có cổ hẹp và đặt lọ nhỏ hơn vào bên trong để tạo ra một lỗ khóa khí. Ngoài ra, bạn có thể cân hoa bằng một chiếc đĩa nhỏ hoặc nắp lọ.

d) Bảo quản lọ ở nơi tối, mát bao lâu tùy thích nhưng ít nhất là trong vài ngày. Thời gian ngâm thông thường là khoảng hai tuần, mặc dù bạn có thể kéo dài thời gian thêm một tháng hoặc hơn nếu bạn muốn có một loại rượu mùi đậm màu hơn.

e) Sau thời gian ngâm, lọc hỗn hợp hai lần. Đầu tiên, sử dụng lưới lọc mịn để loại bỏ hoa và các mảnh vụn. Sau đó, lọc lại một lần nữa qua cùng một bộ lọc, lần này có một mảnh khăn giấy bên trong để loại bỏ các hạt rất mịn, như phấn hoa. Có thể bỏ qua lần lọc thứ hai, nhưng nó có thể tạo ra rượu mùi hơi đục.

f) Để có một lít rượu mùi, hãy thêm từ 1/4 cốc đến 1/2 cốc đường, tùy thuộc vào mức độ ngọt mà bạn mong muốn. Đậy kín lọ lại và lắc đều để hòa quyện. Nếu bạn đang sử dụng Everclear, cách tốt nhất để thêm đường và pha loãng hỗn hợp đến mức có thể uống được là trộn đường với một lượng nước tương đương, đun nóng cho đến khi đường tan hoàn toàn, để nguội đến nhiệt độ phòng, sau đó thêm nó vào rượu mùi.

g) Đặt lọ trở lại tủ đựng thức ăn và thỉnh thoảng lắc cho đến khi đường tan hoàn toàn. Sau khi hoàn thành, rượu mùi hoa cơm cháy của bạn đã sẵn sàng để thưởng thức và có thể bảo quản vô thời hạn.

5.Dầu hoa cơm cháy

THÀNH PHẦN:

- Hoa cơm cháy tươi (đủ để đổ đầy lọ thủy tinh sạch, khô)
- Dầu vận chuyển (ví dụ: dầu ô liu, dầu hạnh nhân ngọt hoặc dầu hạt nho)

HƯỚNG DẪN:

a) Thu hoạch hoa cơm cháy: Hái những bông hoa cơm cháy tươi vào ngày nắng ráo, khô ráo khi hoa đã nở hoàn toàn và có mùi thơm. Đảm bảo rằng hoa cơm cháy sạch sẽ và không có bụi bẩn hoặc côn trùng. Tránh sử dụng hoa cơm cháy có cánh hoa héo hoặc màu nâu.
b) Chuẩn bị lọ sạch: Chọn lọ thủy tinh sạch, khô, có nắp đậy kín. Kích thước của lọ sẽ phụ thuộc vào số lượng dầu hoa cơm cháy mà bạn muốn làm. Một lọ cỡ pint (500 ml) là điểm khởi đầu tốt.
c) Đổ đầy lọ: Đặt những bông hoa cơm cháy mới thu hoạch vào lọ thủy tinh. Đổ đầy hoa cơm cháy vào khoảng 2/3 lọ. Lắc nhẹ lọ để hoa lắng xuống và tạo khoảng trống ở trên cùng.
d) Thêm dầu vận chuyển: Đổ dầu vận chuyển đã chọn của bạn lên hoa cơm cháy, đảm bảo rằng hoa ngập hoàn toàn trong dầu. Bạn có thể cần dùng thìa hoặc cán thìa ấn nhẹ xuống hoa cơm cháy để loại bỏ bọt khí. Tiếp tục thêm dầu cho đến khi hoa cơm cháy được bao phủ hoàn toàn.
e) Đậy kín lọ: Đậy kín lọ thủy tinh bằng nắp đậy kín.
f) Thời gian truyền: Đặt lọ kín ở nơi tối, mát để ngấm trong khoảng 2 đến 4 tuần. Lắc nhẹ lọ vài ngày một lần để khuấy hỗn hợp và thúc đẩy hương thơm hoa cơm cháy lan vào dầu.
g) Lọc dầu: Sau thời gian truyền, lọc dầu để tách hoa cơm cháy ra khỏi dầu. Bạn có thể sử dụng lưới lọc mịn, vải thưa hoặc túi sữa hạt cho mục đích này. Bóp hoa cơm cháy để chiết xuất càng nhiều dầu càng tốt.
h) Đóng chai và bảo quản: Chuyển dầu hoa cơm cháy đã lọc vào chai hoặc hộp thủy tinh sạch, khô. Đảm bảo thùng chứa được đậy kín để ngăn không khí lọt vào. Bảo quản dầu hoa cơm cháy ở nơi tối, mát, tránh ánh nắng trực tiếp.

BỮA SÁNG

6. Bánh kếp hoa cơm cháy

THÀNH PHẦN:

- 1 cốc bột mì đa dụng
- 1 thìa đường
- 1 thìa cà phê bột nở
- ½ muỗng cà phê baking soda
- ¼ thìa cà phê muối
- 1 cốc bơ sữa
- 1 trứng lớn
- 2 muỗng canh bơ tan chảy
- 2 thìa nước ép hoa cơm cháy

HƯỚNG DẪN:

a) Trong một tô trộn, trộn đều bột mì, đường, bột nở, baking soda và muối.

b) Trong một bát riêng, trộn đều bơ sữa, trứng, bơ tan chảy và nước ép hoa cơm cháy.

c) Đổ nguyên liệu ướt vào nguyên liệu khô và khuấy đều cho đến khi vừa kết hợp.

d) Đun nóng chảo chống dính hoặc vỉ nướng trên lửa vừa và bôi nhẹ dầu mỡ.

e) Đổ ¼ cốc bột vào chảo cho mỗi chiếc bánh. Nấu cho đến khi nổi bong bóng trên bề mặt thì lật mặt và nấu thêm 1-2 phút nữa.

Lặp lại với các pin còn lại. Dọn bánh kếp với một ít nước hoa cơm cháy lên trên.

7.Sôcôla nóng Elderflower

THÀNH PHẦN:

- 2 cốc sữa (sữa hoặc sữa thay thế)
- 2 thìa bột cacao
- 2 thìa đường (tuỳ khẩu vị)
- 1 muỗng canh xi-rô hoa cơm cháy
- Kem tươi và hoa ăn được để trang trí

HƯỚNG DẪN:

a) Trong chảo, đun sữa trên lửa vừa cho đến khi nóng nhưng không sôi.

b) Trong một bát nhỏ, trộn đều bột cacao và đường.

c) Khuấy xi-rô hoa cơm cháy cho đến khi kết hợp tốt.

d) Từ từ đánh hỗn hợp ca cao vào sữa nóng cho đến khi mịn và hòa quyện.

e) Tiếp tục đun nóng sôcôla nóng hoa cơm cháy, thỉnh thoảng khuấy đều cho đến khi đạt đến nhiệt độ mong muốn.

f) Đổ vào cốc, phủ kem tươi lên trên và trang trí bằng những bông hoa ăn được. Phục vụ và thưởng thức!

8.Bánh rán hoa cơm cháy

THÀNH PHẦN

- 1 ½ chén bột mì đa dụng
- ½ chén đường cát
- 2 thìa cà phê bột nở
- ¼ thìa cà phê muối
- ¼ chén dầu thực vật
- ½ cốc sữa
- 2 quả trứng lớn
- 1 thìa cà phê chiết xuất hoa cơm cháy
- 1 muỗng canh hoa cơm cháy khô (tùy chọn)

HƯỚNG DẪN

a) Làm nóng lò nướng của bạn ở nhiệt độ 350°F (180°C) và bôi mỡ vào chảo bánh rán bằng bình xịt nấu ăn.

b) Trong một tô lớn, trộn đều bột mì, đường, bột nở và muối.

c) Trong một bát khác, trộn đều dầu, sữa, trứng, chiết xuất hoa cơm cháy và hoa cơm cháy khô (nếu dùng).

d) Đổ nguyên liệu ướt vào nguyên liệu khô và trộn cho đến khi vừa kết hợp.

e) Múc bột vào chảo bánh rán đã chuẩn bị sẵn, đổ đầy khoảng ¾ khuôn.

f) Nướng trong vòng 12-15 phút hoặc cho đến khi cắm tăm vào giữa bánh, rút ra tăm sạch sẽ.

g) Để bánh rán nguội trong chảo vài phút trước khi chuyển chúng sang giá lưới để nguội hoàn toàn.

9.pudding chia hoa cơm cháy

THÀNH PHẦN:

- ¼ cốc hạt chia
- 1 cốc sữa (sữa hoặc thực vật)
- 2 muỗng canh xi-rô hoa cơm cháy hoặc trà hoa cơm cháy cô đặc
- 1 thìa mật ong hoặc chất ngọt tùy thích
- Trái cây tươi, các loại hạt hoặc granola để phủ lên trên

HƯỚNG DẪN:

a) Trong lọ hoặc hộp đựng, trộn hạt chia, sữa, xi-rô hoa cơm cháy hoặc trà cô đặc và mật ong.

b) Khuấy đều để đảm bảo hạt chia được phân bố đều.

c) Đậy nắp và để trong tủ lạnh ít nhất 2 giờ hoặc qua đêm cho đến khi hỗn hợp đặc lại và trở nên giống như bánh pudding.

d) Khuấy hỗn hợp một hoặc hai lần trong thời gian làm lạnh để tránh bị vón cục.

e) Phục vụ bánh pudding chia Elderflower ướp lạnh, phủ trái cây tươi, các loại hạt hoặc granola để tăng thêm kết cấu và hương vị.

10.hoa cơm cháy

THÀNH PHẦN:

- 1 quả chuối đông lạnh
- ½ cốc quả mọng đông lạnh (chẳng hạn như dâu tây, quả mâm xôi hoặc quả việt quất)
- ¼ chén trà Elderflower (ủ mạnh và để nguội)
- ¼ cốc sữa chua Hy Lạp hoặc sữa chua làm từ thực vật
- 1 muỗng canh hạt chia
- Lớp phủ bên trên: trái cây thái lát, granola, dừa nạo, các loại hạt, v.v.

HƯỚNG DẪN:

a) Trong máy xay sinh tố, kết hợp chuối đông lạnh, quả mọng đông lạnh, trà Elderflower, sữa chua Hy Lạp và hạt chia.

b) Trộn cho đến khi mịn và kem. Nếu cần, hãy thêm một ít trà hoặc nước hoa cơm cháy để đạt được độ đặc như mong muốn.

c) Đổ sinh tố vào tô.

d) Phủ trái cây thái lát, granola, dừa nạo, các loại hạt hoặc bất kỳ loại đồ phủ nào khác mà bạn thích lên trên.

e) Thưởng thức ly sinh tố Elderflower sảng khoái và sôi động như một bữa sáng bổ dưỡng.

11.Bánh mì nướng kiểu Pháp Elderflower

THÀNH PHẦN:

- 4 lát bánh mì
- 2 quả trứng lớn
- ½ cốc sữa
- 2 muỗng canh xi-rô hoa cơm cháy
- ½ muỗng cà phê chiết xuất vani
- Bơ hoặc dầu để nấu ăn
- Topping: đường bột, siro phong, trái cây tươi,..

HƯỚNG DẪN:

a) Trong một cái bát nông, đánh đều trứng, sữa, xi-rô hoa cơm cháy và chiết xuất vani.

b) Nhúng từng lát bánh mì vào hỗn hợp trứng, để ngấm vài giây mỗi mặt.

c) Đun nóng chảo chống dính hoặc vỉ nướng trên lửa vừa và làm tan chảy một lượng nhỏ bơ hoặc dầu.

d) Đặt các lát bánh mì đã ngâm vào chảo và chiên cho đến khi vàng nâu mỗi mặt, khoảng 2-3 phút mỗi mặt.

e) Lặp lại với các lát bánh mì còn lại, thêm bơ hoặc dầu vào chảo nếu cần.

f) Phục vụ bánh mì nướng Pháp Elderflower ấm với các loại lớp phủ yêu thích của bạn, chẳng hạn như đường bột, xi-rô cây thích, trái cây tươi hoặc một ít kem đánh bông.

12.bánh quế hoa cơm cháy

THÀNH PHẦN:

- 1½ cốc (220g) bột mì trắng đa dụng
- ½ cốc (70g) bột mì nguyên hạt (hoặc dùng toàn bộ bột mì trắng)
- 2 quả trứng, tách ra
- ¾ cốc (180ml) sữa, sữa hoặc thực vật
- ¼ cốc (60ml) Elderflower & Lemon Cordial (hoặc thay thế bằng sữa)
- ¼ cốc (60ml) sữa chua tự nhiên (tùy chọn)
- 50g bơ, tan chảy
- 2 muỗng cà phê bột nở
- 1 muỗng canh đường
- Bơ hoặc dầu để nấu ăn
- Quả hỗn hợp (rã đông nếu đông lạnh)
- Sữa chua hoặc kem tươi
- Mật ong hoặc xi-rô cây thích

HƯỚNG DẪN:

a) Bắt đầu bằng cách cho bột mì trắng vào tô trộn. Tạo một cái giếng ở giữa và thêm lòng đỏ trứng, sữa, nước ngọt và sữa chua tùy chọn. Trộn đều các nguyên liệu này với nhau cho đến khi thu được hỗn hợp bột đặc. Đậy bát bằng một cái đĩa và để trong tủ lạnh qua đêm.

b) Đối với lòng trắng trứng, hãy cho chúng vào hộp có nắp đậy nhưng để trên quầy bếp (không để trong tủ lạnh) để đơn giản hóa quy trình buổi sáng.

c) Lấy bột ra khỏi tủ lạnh. Đun chảy bơ và nhẹ nhàng trộn nó vào bột cùng với bột nở.

d) Cho lòng trắng trứng và đường vào tô riêng. Dùng máy đánh trứng đánh đều cho đến khi tạo thành chóp mềm. Đối với bột bánh, thêm một thìa lòng trắng trứng đã đánh bông để đánh bông, sau đó nhẹ nhàng gấp từng phần bánh trứng đường còn lại.

e) Tránh trộn quá kỹ để duy trì thể tích trong hỗn hợp. Nếu thích, bạn có thể bỏ qua bước này và thêm toàn bộ trứng và đường vào bột từ tối hôm trước.

f) Làm nóng máy làm bánh quế của bạn. Thêm một lượng nhỏ bơ (tốt nhất nên dùng bơ đã lọc để tránh bị cháy) và dùng chổi quét đều phủ đều lên các đĩa nóng.

g) Múc khoảng ½ cốc bột vào máy làm bánh quế, hạ nắp xuống và nấu cho đến khi chúng chuyển sang màu vàng, thường mất khoảng 2 phút.

h) Ngoài ra, bạn có thể sử dụng chảo rán đế dày và nướng bánh nóng ở lửa vừa phải cho đến khi vàng đều hai mặt.

i) Đặt bánh quế đã nấu chín lên giá bánh ở bàn để bánh không bị sũng nước. Ăn ngay với quả mọng ấm và một ít sữa chua hoặc kem, sau đó rưới chúng với mật ong hoặc xi-rô cây phong.

j) Hãy thưởng thức bánh quế Elderflower hảo hạng của bạn!

13.Granola hoa cơm cháy

THÀNH PHẦN:

- 250g Yến mạch nguyên hạt
- 180g Các loại hạt và hạt hỗn hợp (Hạt hạnh nhân, hạt phỉ, hạt bí ngô và kiều mạch)
- 45ml Elderflower Cordial (xem bài viết cuối cùng của tôi để biết công thức)
- 15ml nước
- 80g dầu dừa
- 100g Trái cây sấy khô tùy chọn (Quả anh đào khô và Quả kỷ tử)

HƯỚNG DẪN:

a) Bắt đầu bằng cách làm nóng lò nướng của bạn ở nhiệt độ 180 độ C (356 độ F).

b) Trong một tô trộn lớn, trộn yến mạch nguyên hạt, các loại hạt hỗn hợp, hạt và kiều mạch. Hãy chắc chắn để trộn chúng kỹ lưỡng.

c) Trong một cái chảo nhỏ, trộn dầu dừa, nước ép hoa cơm cháy và nước. Đun hỗn hợp này trên lửa nhỏ trong khoảng 5 phút. Điều này sẽ giúp truyền hương vị.

d) Rưới hỗn hợp chất lỏng lên hỗn hợp yến mạch hấp dẫn, mỗi lần một thìa. Đảm bảo trộn đều, đảm bảo rằng tất cả nguyên liệu khô được phủ đều chất lỏng ngâm hoa cơm cháy.

e) Trải đều hỗn hợp tráng này giữa hai đĩa nướng. Đặt chúng vào lò nướng nóng sẵn và nướng trong khoảng nửa giờ. Granola sẽ có màu nâu vàng đẹp mắt và được nướng. Để tránh bị cháy và đạt được màu sắc đồng đều, hãy nhớ trộn granola thường xuyên trong quá trình nướng.

f) Sau khi granola nướng xong và nguội, hãy thêm quả anh đào khô và quả kỷ tử vào. Nhẹ nhàng trộn chúng vào hỗn hợp granola.

g) Chuyển granola hoa cơm cháy của bạn vào một thùng chứa lớn kín khí. Nó có thể được lưu trữ trong tối đa 3 tuần, cho phép bạn thưởng thức món ngon và bổ dưỡng này một cách thuận tiện.

14.Trứng chần với hoa cơm cháy Hollandaise

THÀNH PHẦN:

- 4 quả trứng
- 1 muỗng canh giấm rượu vang trắng
- 150g bơ không muối
- 3 muỗng cà phê giấm hoa cơm cháy
- bánh nướng xốp kiểu Anh
- 200g rau xanh, thái nhỏ
- Mứt hành
- Tùy chọn trang trí: Hoa anh thảo & lá tía tô đỏ

HƯỚNG DẪN:

a) Bắt đầu bằng cách luộc hai quả trứng. Đun sôi một nồi nước, thêm một chút giấm rượu vang trắng và giảm lửa cho sôi nhẹ. Đập từng quả trứng vào cốc trước, sau đó cẩn thận thả chúng vào nước sôi. Luộc trong 3-4 phút, tùy theo sở thích của bạn về độ đặc của lòng đỏ. Dùng thìa có rãnh để vớt trứng luộc ra khỏi nước.

b) Xào rau xanh cắt nhỏ với một ít bơ cho mềm, sau đó nêm muối và tiêu cho vừa ăn.

c) Để tạo ra nước sốt hollandaise, làm tan chảy 125g bơ không muối và loại bỏ chất rắn màu trắng. Giữ ấm bơ trong khi đun sôi một chảo nước riêng. Trong một cái bát vừa miệng chảo sôi, đánh lòng đỏ của hai quả trứng còn lại và giấm hoa cơm cháy cho đến khi tạo thành bọt xốp (được gọi là sabayon). Lấy bát ra khỏi bếp và đánh một lượng nhỏ bơ tan chảy.

d) Đặt nó trở lại trên lửa, tiếp tục đánh liên tục. Lặp lại quá trình này cho đến khi tất cả bơ được trộn đều, tạo ra kết cấu giống sốt mayonnaise. Nêm hollandaise với muối biển và hạt tiêu đen mới xay theo sở thích của bạn.

e) Cắt đôi và nướng bánh muffin kiểu Anh. Phết một chút mứt hành ngọt lên hai nửa bánh muffin.

f) Xếp lớp rau xanh xào lên trên các nửa bánh muffin. Đặt trứng luộc lên trên rau xanh, sau đó rưới nước sốt hollandaise hoa cơm cháy lên trên trứng.

g) Nếu muốn, hãy trang trí bằng cải xoong hoặc các loại hoa mùa xuân ăn được như hoa anh thảo và lá tía tô đỏ.

15.Bánh crepe dâu hoa cơm cháy

THÀNH PHẦN:

BỘT LÀM BÁNH:

- 250ml sữa
- 1 quả trứng hữu cơ
- 1 muỗng canh xi-rô hoa cơm cháy
- 100 g bột mì

SỐT BƠ VỚI SI-RÔ HOA CÀY:

- 50 g bơ
- 70ml sirô hoa cơm cháy
- 100 g dâu tây

HƯỚNG DẪN:

a) Bắt đầu bằng việc chuẩn bị bột làm bánh crepe. Rây bột vào tô, sau đó thêm trứng, xi-rô hoa cơm cháy và sữa vào. Khuấy đều cho đến khi đạt được hỗn hợp bột mịn, không vón cục.

b) Đun nóng chảo trên lửa vừa và bôi nhẹ dầu. Nấu từng mẻ bánh mỏng rồi gấp chúng thành hình tam giác.

c) Trong một chảo khác, làm tan bơ trên lửa vừa. Thêm xi-rô hoa cơm cháy vào và khuấy đều. Thêm các hình tam giác pancake đã gấp vào chảo. Để chúng ngấm vào nước sốt thơm ngon rồi lật chúng lại. Làm ấm chúng và bạn đã sẵn sàng phục vụ.

d) Bày bánh crepe ngay lập tức, phủ dâu tươi lên trên. Để tăng thêm vị ngọt, hãy rắc chúng với đường bột hoặc kết hợp chúng với một muỗng kem vani.

e) Hãy thưởng thức món bánh xèo thơm ngon này và cảm nhận sự hòa quyện hài hòa giữa các hương vị nhé!

16.Bánh kếp hoa cơm cháy của Đan Mạch

THÀNH PHẦN:

- 125g bột mì hoặc bột mì trắng (1 cốc)
- 250 ml sữa tươi gầy (1 cốc)
- 3 quả trứng
- 3 TBS đường hoặc nước hoa cơm cháy
- 1/2 muỗng cà phê bột vani (tùy chọn)
- 1 TBS dầu ăn hoặc hỗn hợp bơ và dầu ăn để chiên
- 6 cành hoa cơm cháy

HƯỚNG DẪN:

a) Trong một tô trộn, trộn bột mì, bột vani và đường (hoặc nước ép hoa cơm cháy).

b) Thêm sữa, trứng và nước hoa cơm cháy (nếu không dùng đường) vào nguyên liệu khô. Trộn đều mọi thứ bằng máy đánh trứng hoặc máy trộn cầm tay.

c) Để bột bánh pancake nghỉ trong tủ lạnh khoảng 30 phút nếu có thể.

d) Kiểm tra những bông hoa cơm cháy bạn đã hái và rũ bỏ côn trùng.

e) Đun nóng chảo với dầu ăn ở lửa vừa (khoảng số 5 hoặc 6 trên bếp).

f) Nhúng từng cọng hoa cơm cháy vào bột bánh kếp rồi đặt lên chảo.

g) Tiếp tục quá trình này cho đến khi đầy chảo. Nếu bạn muốn làm một chiếc bánh pancake trên mỗi cọng hoa cơm cháy, hãy đảm bảo không cho chảo quá dày.

h) Khi bánh chuyển sang màu vàng một mặt, bạn cẩn thận lật mặt bánh lại và chiên mặt còn lại cho đến khi bánh cũng vàng.

i) Phục vụ bánh hoa cơm cháy của bạn với xi-rô cây thích và quả mọng nếu muốn.

j) Hãy thưởng thức những chiếc bánh hoa cơm cháy kiểu Đan Mạch này, một sự biến tấu độc đáo và đầy hương vị trong công thức làm bánh kếp cổ điển!

TRÀ

17. Trà hoa cúc và hoa cơm cháy

THÀNH PHẦN:

- 1/2 thìa hoa cúc
- 1/2 thìa canh hoa cơm cháy
- 1/2 muỗng canh bạc hà
- 1/2 muỗng canh lá tầm ma

HƯỚNG DẪN:

a) Đặt tất cả nguyên liệu vào ấm trà, đổ 10 ounce nước sôi, để ngấm và thưởng thức.

b) Uống 4 cốc mỗi ngày trong mùa sốt cỏ khô.

18.hoa cúc Calendula chăm sóc cảm lạnh

THÀNH PHẦN:

- Nhúm hoa Calendula
- Nhúm lá xô thơm
- Nhúm hoa dâm bụt
- Nhúm hoa cơm cháy
- 2 cốc nước , đun sôi
- Em yêu

HƯỚNG DẪN:

a) Đặt hoa cúc kim tiền, cây xô thơm, hoa dâm bụt và hoa cơm cháy vào lọ thủy tinh.
b) Thêm nước đun sôi vào bình.
c) Đậy nắp và ngâm trong 10 phút.
d) Thêm mật ong.

19.Trà cảm lạnh và cảm cúm

THÀNH PHẦN

- Lá dâu đen 1 ounce
- 1 ounce hoa cơm cháy
- 1 ounce hoa Linden
- Lá bạc hà 1 ounce

HƯỚNG DẪN:

a) Đổ 1 cốc nước sôi lên 2 thìa hỗn hợp.
b) Đậy nắp và ngâm trong 10 phút; sự căng thẳng.

20.Trà hỗ trợ miễn dịch Echinacea

THÀNH PHẦN:

- ¼ cốc hoa cúc dại
- ¼ cốc quả cơm cháy
- ¼ cốc xương cựa
- ¼ cốc hoa hồng hông
- ¼ cốc hoa cúc

HƯỚNG DẪN:

a) Trộn tất cả mọi thứ và bảo quản trong lọ thủy tinh.
b) Sử dụng 2 muỗng cà phê cho mỗi cốc nước nóng.
c) Hãy để nó dốc trong 10 phút.

21.Trà hoa cơm cháy và hoa cúc

THÀNH PHẦN:

- 1-2 túi trà hoa cơm cháy hoặc 1-2 thìa cà phê hoa cơm cháy khô
- 1-2 túi trà hoa cúc hoặc 1-2 thìa cà phê hoa cúc khô
- Nước nóng

HƯỚNG DẪN:

a) Đặt túi trà hoa cơm cháy và hoa cúc hoặc hoa khô vào ấm trà hoặc cốc.

b) Đổ nước nóng lên các loại thảo mộc.

c) Để trà ngâm trong khoảng 5-7 phút hoặc cho đến khi bạn đạt được hương vị đậm đà như mong muốn.

d) Bỏ túi trà hoặc lọc bỏ các loại thảo mộc.

e) pha trộn này mang đến trải nghiệm trà thảo dược nhẹ nhàng và thư giãn.

22. Trà hoa cơm cháy và bạc hà

THÀNH PHẦN:

- 1-2 túi trà hoa cơm cháy hoặc 1-2 thìa cà phê hoa cơm cháy khô
- 1-2 nhánh bạc hà tươi hoặc 1-2 túi trà bạc hà
- Nước nóng

HƯỚNG DẪN:

a) Đặt túi trà hoa cơm cháy hoặc hoa cơm cháy khô vào ấm trà hoặc cốc.

b) Thêm nhánh bạc hà tươi hoặc túi trà bạc hà.

c) Đổ nước nóng lên các loại thảo mộc.

d) Để trà ngâm trong khoảng 5-7 phút hoặc cho đến khi bạn đạt được hương vị đậm đà như mong muốn.

e) Bỏ túi trà hoặc lọc bỏ các loại thảo mộc.

23.Trà hoa cơm cháy và chanh

THÀNH PHẦN:

- 1-2 túi trà hoa cơm cháy hoặc 1-2 thìa cà phê hoa cơm cháy khô
- Những lát chanh tươi
- Nước nóng

HƯỚNG DẪN:

a) Đặt túi trà hoa cơm cháy hoặc hoa cơm cháy khô vào ấm trà hoặc cốc.

b) Thêm lát chanh tươi.

c) Đổ nước nóng lên hoa cơm cháy và chanh.

d) Để trà ngâm trong khoảng 5-7 phút hoặc cho đến khi bạn đạt được hương vị đậm đà như mong muốn.

e) Lấy túi trà ra hoặc lọc lấy hoa cơm cháy và lát chanh.

f) Loại trà này mang đến sự kết hợp thú vị giữa hương cam quýt và hương hoa.

24.Trà đá hoa cơm cháy

THÀNH PHẦN:

- 4 túi trà hoa cơm cháy hoặc 4 thìa cà phê hoa cơm cháy khô
- 4 cốc nước nóng
- 1/4 cốc mật ong (điều chỉnh theo khẩu vị)
- Những lát chanh tươi hoặc chanh (tùy chọn)
- Khối nước đá

HƯỚNG DẪN:

a) Đặt túi trà hoa cơm cháy hoặc hoa cơm cháy khô vào bình.
b) Đổ nước nóng lên hoa cơm cháy và để ngâm khoảng 10-15 phút.
c) Bỏ túi trà hoặc lọc bỏ hoa cơm cháy.
d) Khuấy mật ong khi trà còn ấm cho đến khi tan.
e) Để trà nguội đến nhiệt độ phòng, sau đó cho vào tủ lạnh cho đến khi nguội.
f) Phục vụ trà đá hoa cơm cháy trên đá và trang trí với chanh hoặc lát chanh nếu muốn.

MÓN ĂN VÀ MÓN KHAI THÁC

25.Madeleines hoa cơm cháy sốt sô-cô-la

THÀNH PHẦN:

ĐỐI VỚI MADELEINE:

- 100g bơ, cộng thêm để bôi trơn
- 1 muỗng canh nước ép hoa cơm cháy
- Vỏ bào nhuyễn của ½ quả chanh không sáp
- 100g đường bột
- 2 quả trứng Blacktail Anh cỡ vừa Waitrose
- 100g bột mì nguyên chất, cộng thêm bột mì
- ½ muỗng cà phê bột nở

ĐỐI VỚI SỐT SÔCÔLA TRẮNG:

- Kem đôi dạng bồn 170ml
- 100g sôcôla trắng, cắt nhỏ
- 2 thìa nước ép hoa cơm cháy
- Vỏ bào nhuyễn của ½ quả chanh không sáp

HƯỚNG DẪN:

a) Để làm bánh madeleines, đun nóng bơ trong chảo nhỏ trên lửa vừa cho đến khi tan chảy. Khuấy nước hoa cơm cháy và vỏ chanh rồi để nguội một chút.

b) Cho đường và trứng vào tô của máy trộn đứng và đánh ở tốc độ cao trong 6-7 phút cho đến khi hỗn hợp nhẹ và đặc, máy đánh để lại vệt trong hỗn hợp, mất 3 giây để biến mất.

c) Trộn bột mì và bột nở vào một cái bát nhỏ, sau đó rây vào hỗn hợp trứng. Dùng thìa kim loại hoặc thìa mềm để trộn các nguyên liệu khô cho đến khi tất cả bột được trộn vào.

d) Thêm hỗn hợp bơ và hoa cơm cháy vào bột, khuấy đều. Đậy bát bằng màng bám và để lạnh ít nhất 30 phút hoặc qua đêm.

e) Bôi bơ vào khuôn bánh madeleine 12 lỗ (bạn có thể dùng ngón tay để đảm bảo phủ kín tất cả các kẽ hở), rắc nhẹ một ít bột mì lên rồi cho vào ngăn đá để làm lạnh. Trong khi đó, làm nóng lò trước ở nhiệt độ 200°C (mã gas 6).

f) Múc 1 thìa bột vào mỗi lỗ. Hỗn hợp sẽ dàn ra khi nướng nên bạn không cần đổ đầy khuôn. Nướng trong 8-10 phút cho đến khi phần giữa nổi lên thành hình bướu cổ điển và bánh madeleine có độ đàn hồi khi chạm vào. Chuyển sang giá làm mát và lặp lại với phần bột còn lại để tạo thành 24 chiếc bánh madeleine.

g) Đối với sốt sô cô la trắng, đổ kem đôi vào chảo nhỏ và đun nóng cho đến khi bắt đầu bốc hơi. Tắt bếp và thêm sô cô la trắng cắt nhỏ vào.

h) Khuấy cho đến khi mịn. Trộn nước cốt hoa cơm cháy và vỏ chanh vào, sau đó đổ nước sốt vào tô ấm và dùng kèm với bánh madeleine như một món chấm.

26.bánh rán hoa cơm cháy

THÀNH PHẦN:

- 8 đầu hoa cơm cháy
- 110 gram bột mì nguyên chất
- 2 muỗng canh dầu hướng dương
- 150 ml Lager hoặc nước
- 1 lòng trắng trứng
- Dầu để chiên
- Đường tinh; sàng lọc
- nêm chanh

HƯỚNG DẪN:

a) Rây bột mì và muối lại với nhau rồi trộn đều với dầu và bia.

b) Để yên ở nơi thoáng mát trong 1 giờ.

c) Đánh lòng trắng trứng cho đến khi đạt chóp cứng. Gấp trứng ngay trước khi sử dụng bột.

d) Đun nóng một ít dầu trong chảo sâu lòng hoặc nồi chiên sâu.

e) Nhúng đầu hoa vào bột rồi thả vào dầu nóng đang bốc khói rồi chiên cho đến khi chín vàng.

f) Xả các món rán trên giấy ăn.

g) Bày ra đĩa, rắc đường bột đã rây và dùng kèm với chanh.

27.Bánh mứt hoa cơm cháy

THÀNH PHẦN:

- 125 g bơ, ở nhiệt độ phòng
- 35 g (3 muỗng canh đầy) đường cát vàng
- 100g bột mì thường
- 1/2 muỗng cà phê bột nở
- 40 g bột ngô
- 10 thìa tráng miệng mứt hoa cơm cháy và mứt lê
- Một nắm nhỏ hạnh nhân nguyên hạt (hoặc một lượng nhỏ hạnh nhân vụn)

HƯỚNG DẪN:

a) Trong một tô lớn, trộn bơ và đường với nhau bằng tay hoặc sử dụng máy xay thực phẩm. Rây bột mì và bột nở vào, trộn đều. Thêm bột ngô để tạo thành khối bột mềm. Hãy thận trọng để không trộn quá kỹ; vừa đủ để hòa trộn mọi thứ.

b) Làm nóng lò ở nhiệt độ 350°F/180°C/quạt 160°C. Bôi một chút bơ vào mười lỗ thiếc của bánh muffin. Bẻ từng miếng bột có kích thước bằng quả óc chó và ấn chúng vào từng lỗ đã bôi mỡ.

c) Đổ mứt vào từng lỗ. Cắt nhỏ hạnh nhân và rắc chúng lên trên. Nướng khoảng 20 phút hoặc cho đến khi chúng chuyển sang màu vàng (có thể lâu hơn một chút ở một số lò nướng). Để chúng nguội và cứng lại trong hộp thiếc trước khi lấy ra. Hãy thưởng thức chúng với một ly rượu hoa cơm cháy, dù ở trong nhà vào ngày mưa hay ngoài trời nắng!

28.Những lát mãng cầu hoa cơm cháy với đại hoàng

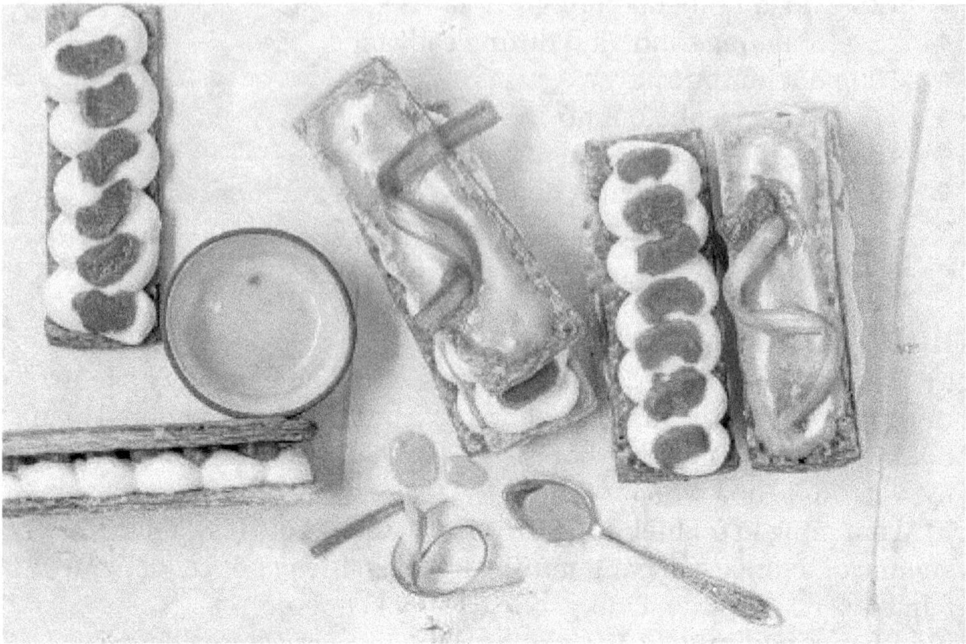

THÀNH PHẦN:

Mãng cầu hoa cơm cơm:

- 2 dl sữa nguyên kem
- 1 nhúm muối
- 2 lòng đỏ trứng tươi
- 100g bơ, cắt thành từng miếng
- 1 ½ muỗng canh bột ngô Maizena
- 150g sữa chua Hy Lạp nguyên chất
- 3 muỗng canh xi-rô hoa cơm cháy

BẢNG BÁNH:

- 1 miếng bột bánh phồng, cán thành hình chữ nhật (khoảng 25 x 42 cm)
- 1 muỗng canh đường
- 2 muỗng canh yến mạch cán

CÂY ĐẠI HOÀNG:

- 200g đại hoàng, thái lát mỏng
- 2 muỗng canh xi-rô hoa cơm cháy
- 2 muỗng canh nước

LÁT SỮNG MỎNG:

- 40g đường bột

HƯỚNG DẪN:

Mãng cầu hoa cơm cơm:

a) Trong một cái chảo, trộn sữa với tất cả các thành phần khác bao gồm cả bột ngô. Đun sôi hỗn hợp này trên lửa vừa, khuấy liên tục.

b) Tiếp tục đun nhỏ lửa trong khoảng 2 phút, khuấy liên tục cho đến khi hỗn hợp đặc lại.

c) Nhấc chảo ra khỏi bếp và tiếp tục khuấy trong khoảng 2 phút.

d) Khuấy bơ, sữa chua và xi-rô hoa cơm cháy.

e) Đậy sữa trứng và để lạnh trong khoảng 2 giờ, khuấy đều cho đến khi mịn.

f) Chuyển sữa trứng vào túi bắt kem có đầu phun nhẵn (đường kính khoảng 12 mm), sau đó cho vào tủ lạnh khoảng 1 giờ.

BẢNG BÁNH:

g) Dùng nĩa chọc vào bột bánh ngọt nhiều lần rồi rắc đường và yến mạch.

h) Cắt đôi miếng bột theo chiều dọc rồi cắt chéo mỗi nửa thành khoảng 9 dải.

i) Đặt chúng lên khay cùng với giấy nướng, đặt tờ giấy nướng thứ hai lên trên miếng bột và dùng khay thứ hai đè xuống.

ĐỂ NƯỚNG:

j) Nướng khoảng 20 phút ở nửa dưới của lò đã được làm nóng trước ở nhiệt độ 220°C.

k) Lấy ra khỏi lò và để nguội trên giá.

CÂY ĐẠI HOÀNG:

l) Trộn đại hoàng, xi-rô và nước vào chảo, sau đó đun sôi.

m) Đậy nắp và đun nhỏ lửa trong khoảng 2 phút, sau đó để nguội.

n) Xả đại hoàng, giữ lại 1 muỗng canh chất lỏng.

LÁT SỮNG MỎNG:

o) Trộn đường bột với chất lỏng đại hoàng.

p) Trải kem lên 6 miếng bánh phồng.

q) Trải sữa trứng và đại hoàng lên 12 miếng bánh phồng, đặt hai lớp chồng lên nhau.

r) Phủ một lớp bánh phồng đá lên trên.

s) Hãy thưởng thức những lát sữa trứng hoa cơm cháy với đại hoàng nhé!

29.Bánh quy bơ Elderflower

THÀNH PHẦN:

- 1 cốc bơ, làm mềm
- 1/4 cốc đường
- 1/4 cốc si-rô hoa cơm cháy
- 1 thìa cà phê vỏ chanh
- 1 muỗng cà phê chiết xuất vani
- 2 3/4 chén bột mì chưa tẩy trắng

HƯỚNG DẪN:

a) Trong một tô trộn lớn, trộn bơ đã làm mềm và đường với nhau.

b) Thêm xi-rô hoa cơm cháy và vỏ chanh; khuấy đều để kết hợp.

c) Dần dần khuấy bột chưa tẩy trắng cho đến khi tạo thành một khối bột mềm.

d) Đổ bột ra một tờ giấy da lớn, sau đó cuộn bột thành khúc gỗ. Đặt nó trong tủ lạnh trong một giờ.

e) Làm nóng lò nướng của bạn ở nhiệt độ 350 độ F (180°C).

f) Cắt bột bánh quy đã nguội thành các đĩa 1/4 inch.

g) Đặt các lát bánh lên khay nướng có phủ giấy da, chừa một khoảng trống giữa chúng vì chúng sẽ lan ra trong quá trình nướng.

h) Nướng trong vòng 15 đến 18 phút hoặc cho đến khi bánh có màu nâu nhạt.

i) Điều quan trọng là phải để bánh nguội hoàn toàn trước khi lấy chúng ra khỏi khay nướng để tránh bánh bị vỡ.

j) Hãy thưởng thức những chiếc bánh quy bơ hoa cơm cháy thú vị này với hương vị hoa tuyệt vời của chúng!

30.Bột ngô chua và bánh mì hoa cơm cháy

THÀNH PHẦN:

- hoa cơm cháy
- 150g bột chua ban đầu (hydrat hóa 50%)
- 50g bột mì
- 150g bột ngô (nghiền mịn hơn)
- 150g bột ngô (loại bạn dùng để làm món polenta)
- 125g bơ
- 150g Đường
- 2 quả trứng
- 1 thìa cà phê Baking Soda
- Một nhúm muối
- Đường đóng băng (thành bụi)

HƯỚNG DẪN:

a) Bắt đầu bằng cách loại bỏ những bông hoa nhỏ trên thân hoa cơm cháy. Bạn sẽ cần khoảng 3 nắm hoa, khoảng 10 bông hoa.
b) Làm mềm bơ đến nhiệt độ phòng.
c) Rây bột lên bề mặt làm việc sạch sẽ. Thêm tất cả các thành phần khác và dùng tay nhào nhẹ nhàng hỗn hợp cho đến khi bạn có một khối bột.
d) Đặt bột vào tô, bọc lại bằng màng bọc thực phẩm hoặc khăn bếp sạch và để bột nở trong vài giờ. Bạn có thể chuẩn bị vào buổi tối và để qua đêm ở nhiệt độ phòng. Nếu trời lạnh, có thể để bột vào tủ lạnh.
e) Bột này thường không nở nhiều, đặc biệt là do bột ngô. Đừng lo lắng, điều đó là bình thường ngay cả khi sử dụng baking soda.
f) Chia bột thành những ổ bánh tròn nhỏ, ấn nhẹ, mỗi ổ có đường kính khoảng 8 cm. Bạn có thể phủ đường bột lên chúng vào thời điểm này.
g) Đặt các ổ bánh mì nhỏ lên khay nướng, chừa một khoảng trống giữa chúng.
h) Nướng trong lò làm nóng trước ở nhiệt độ 356°F (180°C) trong khoảng 30 phút.
i) Hãy thưởng thức Bột ngô chua và Bánh mì hoa cơm cháy, một món ăn độc đáo và thú vị với tinh chất của hoa cơm cháy!

31.Bánh mì chanh và hoa cơm cháy

THÀNH PHẦN:

- 295g Bơ Không Muối
- 1 quả chanh
- 110g đường bột
- 225g bột mì thường
- 110g bột ngô
- 2 thìa nước cốt chanh
- 150g đường xay
- 1 ½ thìa cà phê Elderflower Cordial
- Đường Icing (nếu cần)
- Nước (khi cần thiết)

HƯỚNG DẪN:

a) Làm nóng lò nướng của bạn ở nhiệt độ 160°C (320°F).

b) Trong một tô trộn lớn, gọt vỏ chanh rồi ép lấy nước. Đặt vỏ chanh sang một bên để sử dụng sau.

c) Đánh bơ không muối và đường cho đến khi mềm và mịn.

d) Rây bột mì và bột ngô vào, thêm nước cốt chanh vào. Kết hợp các thành phần cho đến khi tạo thành một khối bột mịn.

e) Cán khối bột thành khối tròn, dùng màng bọc thực phẩm bọc lại và để trong tủ lạnh khoảng 30 phút cho bột cứng lại.

f) Trong lúc chờ bột nguội, chuẩn bị khay nướng có lót giấy nến.

g) Sau 30 phút, lấy bột ra khỏi tủ lạnh và lăn bột trên bề mặt đã rắc bột nhẹ đến độ dày mong muốn (thường khoảng 1/2 inch hoặc 1,25 cm).

h) Sử dụng khuôn cắt bánh quy để cắt các hình dạng từ bột. Đặt các miếng cắt lên khay nướng đã chuẩn bị sẵn, chừa một khoảng trống giữa mỗi miếng.

i) Nướng bánh mì ngắn trong lò làm nóng trước trong 20-25 phút hoặc cho đến khi chúng có màu vàng nhạt.

j) Lấy bánh mì bơ ra khỏi lò và để chúng nguội trên khay nướng trong vài phút trước khi chuyển chúng sang giá lưới để nguội hoàn toàn.

k) Trong khi bánh mì nguội, chuẩn bị men. Trong một cái bát, trộn đường bột, nước ép hoa cơm cháy và một ít nước để đạt được độ đặc mong muốn. Hãy thận trọng để không làm cho nó quá chảy nước.

l) Khi bánh quy đã nguội, hãy rưới men lên bánh quy. Bạn có thể dùng thìa, túi bắt kem hoặc túi nhựa đựng bánh sandwich có khoét một lỗ nhỏ ở một góc.

m) Rắc vỏ chanh dành riêng lên trên để tạo cảm giác hoàn thiện đẹp mắt.

n) Để lớp men đông lại trước khi phục vụ món Bánh mì kẹp chanh và hoa cơm cháy thơm ngon của bạn.

32.Khoảnh khắc tan chảy của hoa cơm cháy

THÀNH PHẦN:
ĐỐI VỚI BÁNH QUYỀN:

- 200g bơ mềm
- ¾ cốc đường xay
- ½ muỗng cà phê bột nở
- 1 chén bột ngô
- 1 chén bột mì nguyên chất

ĐỐI VỚI VIẾT:

- 2 muỗng cà phê bơ mềm
- 1 muỗng cà phê Xi-rô hoa cơm cháy (Monin)
- 1 cốc đường xay

HƯỚNG DẪN:

a) Làm nóng lò nướng của bạn ở nhiệt độ 180°C.

b) Trong một tô trộn, đánh bơ mềm và đường bột cho đến khi hỗn hợp trở nên nhạt màu.

c) Rây bột mì, bột ngô và bột nở, sau đó trộn các nguyên liệu khô này vào hỗn hợp bơ-đường kem.

d) Cán bột thành những quả bóng nhỏ và đặt chúng lên khay nướng đã phết dầu mỡ. Nhẹ nhàng ấn từng quả bóng bằng mũi nĩa.

e) Nướng bánh quy trong 15-20 phút hoặc cho đến khi chúng hơi vàng.

f) Trong khi nướng bánh quy, chuẩn bị kem. Trộn bơ mềm với xi-rô hoa cơm cháy. Rây đường bột và thêm vào hỗn hợp bơ-xi-rô. Thêm nước sôi vừa đủ để tạo thành hỗn hợp sệt.

g) Sau khi bánh quy được nướng và nguội, hãy phết kem lên một nửa số bánh.

h) Đặt một chiếc bánh quy khác lên trên mỗi chiếc bánh quy đá để tạo thành một chiếc bánh sandwich.

i) Công thức này mang lại 12 khoảnh khắc tan chảy thơm ngon của hoa cơm cháy. Thưởng thức!

33.Elderflower và Prosciutto Crostini

THÀNH PHẦN:

- Bánh mì baguette hoặc bánh mì Pháp
- 1/2 cốc nước ép hoa cơm cháy
- 6 lát prosciutto
- 1/2 chén phô mai dê
- Lá húng quế tươi
- Dầu ô liu để làm mưa phùn

HƯỚNG DẪN:

a) Cắt bánh mì baguette thành những miếng tròn dày 1/2 inch và nướng cho đến khi chúng có màu nâu vàng.
b) Trải một lớp phô mai dê lên mỗi chiếc bánh mì nướng.
c) Rưới nước hoa cơm cháy lên phô mai dê.
d) Đặt một lát prosciutto lên trên mỗi chiếc bánh mì nướng.
e) Trang trí với lá húng quế tươi và rưới một chút dầu ô liu.

34.Bánh mì kẹp trà hoa cơm cháy và dưa chuột

THÀNH PHẦN:

- 1 quả dưa chuột, thái lát mỏng
- 8 lát bánh mì trắng
- 1/4 cốc nước ép hoa cơm cháy
- Kem phô mai

HƯỚNG DẪN:

a) Loại bỏ lớp vỏ khỏi bánh mì và phết phô mai kem lên từng lát.
b) Xếp các lát dưa chuột lên bốn lát.
c) Rưới nước hoa cơm cháy lên dưa chuột.
d) Đặt những lát bánh mì còn lại lên trên để làm bánh sandwich.
e) Cắt bánh sandwich thành từng miếng vừa ăn hoặc theo hình bánh sandwich trà truyền thống.

35.Elderflower và Brie Quesadillas

THÀNH PHẦN:

- Bánh bột mì
- 1/4 cốc nước ép hoa cơm cháy
- Phô mai Brie, thái lát
- dâu tây cắt lát
- Lá bạc hà tươi

HƯỚNG DẪN:

a) Đặt các lát phô mai Brie và dâu tây lên một nửa chiếc bánh tortilla.
b) Rưới nước hoa cơm cháy lên trên phần nhân.
c) Phủ lá bạc hà tươi lên trên.
d) Gấp bánh tortilla làm đôi để tạo thành hình bán nguyệt.
e) Làm nóng chảo hoặc vỉ nướng và nấu quesadilla cho đến khi phô mai tan chảy và bánh tortilla giòn.
f) Cắt thành hình nêm và phục vụ.

36.Canapé hoa cơm cháy và cá hồi hun khói

THÀNH PHẦN:

- Bánh mì nướng nhỏ hoặc bánh quy giòn
- 1/4 cốc nước ép hoa cơm cháy
- Cá hồi xông khói
- Kem phô mai
- Thì là tươi

HƯỚNG DẪN:

a) Trải một lớp kem phô mai lên mỗi vòng bánh mì nướng.
b) Top với một miếng cá hồi hun khói nhỏ.
c) Rưới nước hoa cơm cháy lên cá hồi.
d) Trang trí với thì là tươi.

37.Chà là nhồi bông hoa cơm cháy và phô mai xanh

THÀNH PHẦN:

- Medjool ngày, đọ sức
- 1/4 cốc nước ép hoa cơm cháy
- Phô mai xanh
- Quả óc chó hoặc quả hồ đào cắt nhỏ

HƯỚNG DẪN:

a) Cẩn thận nhét một lượng nhỏ phô mai xanh vào mỗi ngày.
b) Rưới nước hoa cơm cháy lên những quả chà là nhồi.
c) Rắc quả óc chó cắt nhỏ lên trên.

MÓN CHÍNH

38.Salad thịt bò Adobo với sốt salsa hoa cơm cháy

THÀNH PHẦN:

- 1 muỗng canh dầu thực vật
- 2 miếng thịt thăn bò làm sạch
- ½ chén sốt Adobo
- ½ chén rượu trắng
- ¼ cốc đường
- ½ chén hoa Elderflower, khô
- ½ chén gừng, gọt vỏ và thái hạt lựu
- Nước ép của 1 quả chanh
- 2 muỗng canh dầu óc chó
- 2 củ hẹ, thái hạt lựu
- 2 cốc quả mơ, thái hạt lựu
- 2 muỗng canh húng quế, xắt nhỏ
- 2 thìa bạc hà, xắt nhỏ
- 2 thìa cà phê muối biển
- 1 pound Rau xanh hỗn hợp, làm sạch
- 1 pound rau baby, cắt làm đôi theo chiều dài
- 3 nhánh húng quế

HƯỚNG DẪN:

NƯỚC SỐT CAY

a) Ngâm ớt trong nước nóng khoảng 15 phút rồi xay nhuyễn.

b) Ướp thịt bò với sốt adobo và dầu thực vật rồi bảo quản trong tủ lạnh.

ĐỂ LÀM SALSA

c) Cho rượu, đường, hoa cơm cháy, gừng và chanh vào nồi rồi đun sôi.

d) Đặt sang một bên và ngâm trong ít nhất 15 phút.

e) Lọc qua rây mịn mà không cần ép, sau đó thêm dầu óc chó, đào, hẹ tây, húng quế và bạc hà rồi nêm muối.

f) Để qua một bên.

g) Trong chảo xào ở nhiệt độ cao, áp chảo thịt bò trong 45 giây đến 1 phút mỗi mặt.

h) Xào rau củ bé với nhánh húng quế trong dầu thực vật trong 2 phút và khử men trên chảo bằng 1 ounce dầu giấm.

i) Chia rau xanh vào giữa mỗi đĩa, đặt thịt bò lên trên, dùng thìa trộn rau và salsa xung quanh thịt bò và rau xanh.

39.Elderflower -Cá hồi tráng men

THÀNH PHẦN:

- 4 phi lê cá hồi
- ½ cốc si-rô hoa cơm cháy
- 2 muỗng canh nước tương
- 1 muỗng canh giấm gạo
- 1 thìa tỏi băm
- Muối và hạt tiêu cho vừa ăn
- Rau mùi tươi để trang trí

HƯỚNG DẪN:

a) Làm nóng lò ở nhiệt độ 375°F (190°C) và lót khay nướng bằng giấy da.

b) Trong một bát nhỏ, trộn đều xi-rô hoa cơm cháy, nước tương, giấm gạo, tỏi băm, muối và tiêu.

c) Đặt phi lê cá hồi lên khay nướng đã chuẩn bị sẵn và phết đều lớp men Elderflower lên chúng.

d) Nướng cá hồi trong khoảng 12-15 phút hoặc cho đến khi chín và bong ra.

e) Lấy ra khỏi lò và trang trí với ngò tươi. Phục vụ với sự lựa chọn của bạn về các món ăn phụ.

40.Elderflower -Gà nướng ướp

THÀNH PHẦN:

- 4 ức gà
- ½ cốc trà Elderflower (ủ mạnh và để nguội)
- 2 muỗng canh dầu ô liu
- 2 thìa nước cốt chanh
- 2 tép tỏi, băm nhỏ
- 1 muỗng cà phê ớt bột xông khói
- Muối và hạt tiêu cho vừa ăn

HƯỚNG DẪN:

a) Trong một cái bát, trộn trà Elderflower, dầu ô liu, nước cốt chanh, tỏi băm, ớt bột xông khói, muối và tiêu.

b) Đặt ức gà vào túi ziplock và đổ nước xốt lên trên. Đậy kín túi và xoa bóp để đảm bảo gà được phủ đều.

c) Ướp gà trong tủ lạnh ít nhất 2 tiếng hoặc qua đêm.

d) Làm nóng lò nướng ở nhiệt độ trung bình cao. Lấy gà ra khỏi nước xốt và loại bỏ nước xốt.

e) Nướng ức gà khoảng 6-8 phút mỗi mặt hoặc cho đến khi chín đều.

f) Lấy ra khỏi vỉ nướng và để gà nghỉ vài phút trước khi dùng. Cắt lát và phục vụ với các món ăn phụ yêu thích của bạn.

41.hoa cơm cháy và phô mai dê

THÀNH PHẦN:

- 4 chén salad trộn rau xanh
- 1 chén quinoa nấu chín
- ½ chén phô mai dê vụn
- ¼ chén hoa Elderflower khô
- ¼ chén hạt thông nướng
- 2 muỗng canh giấm balsamic
- 2 muỗng canh dầu ô liu nguyên chất
- Muối và hạt tiêu cho vừa ăn

HƯỚNG DẪN:

a) Trong một bát salad lớn, trộn các loại rau trộn salad, quinoa nấu chín, phô mai dê vụn, hoa Elderflower khô và hạt thông nướng.

b) Trong một bát nhỏ, trộn giấm balsamic, dầu ô liu, muối và hạt tiêu.

c) Rưới nước sốt lên món salad và trộn nhẹ nhàng.

d) Phục vụ món salad hoa cơm cháy và phô mai dê như một món ăn nhẹ và sảng khoái hoặc thêm gà hoặc tôm nướng để tạo nên một bữa ăn hoàn chỉnh.

42. Elderflower -Đậu hủ xào

THÀNH PHẦN:

- 1 khối đậu phụ cứng, để ráo nước và cắt hạt lựu
- ¼ cốc xi-rô hoa cơm cháy
- 2 muỗng canh nước tương
- 1 muỗng canh dầu mè
- 1 muỗng canh bột bắp
- 2 tép tỏi, băm nhỏ
- 1 thìa cà phê gừng xay
- 2 chén rau trộn (ví dụ: ớt chuông, bông cải xanh, đậu Hà Lan)
- Cơm hoặc mì nấu chín để phục vụ

HƯỚNG DẪN:

a) Trong một bát nhỏ, trộn đều xi-rô hoa cơm cháy, nước tương, dầu mè, bột ngô, tỏi băm và gừng bào sợi để làm men.

b) Đun nóng một thìa dầu trong chảo lớn hoặc chảo trên lửa vừa cao. Thêm các khối đậu phụ vào và nấu cho đến khi vàng và giòn các mặt. Lấy đậu phụ ra khỏi chảo và đặt sang một bên.

c) Trong cùng một chiếc chảo, thêm một chút dầu nếu cần và xào các loại rau đã trộn cho đến khi mềm giòn.

d) Cho đậu phụ trở lại chảo và rưới men hoa cơm cháy lên đậu phụ và rau. Xào thêm 2-3 phút nữa cho đến khi men đặc lại và phủ lên đậu phụ và rau.

e) Phục vụ món đậu hũ tráng men Elderflower xào trên cơm hoặc mì để có một bữa ăn chay đầy hương vị và thỏa mãn.

43. Salad Quinoa hoa cơm cháy

THÀNH PHẦN:

- 1 cốc quinoa nấu chín
- ½ cốc trà Elderflower (ủ mạnh và để nguội)
- 1 cốc cà chua bi, giảm một nửa
- ½ cốc dưa chuột, thái hạt lựu
- ¼ chén hành đỏ, thái nhỏ
- ¼ chén phô mai feta vụn
- 2 muỗng canh mùi tây tươi xắt nhỏ
- 2 thìa nước cốt chanh
- 2 muỗng canh dầu ô liu nguyên chất
- Muối và hạt tiêu cho vừa ăn

HƯỚNG DẪN:

a) Trong một tô lớn, trộn quinoa đã nấu chín, trà Elderflower, cà chua bi, dưa chuột, hành tím, phô mai feta vụn và rau mùi tây tươi cắt nhỏ.

b) Trong một bát nhỏ, trộn đều nước cốt chanh, dầu ô liu, muối và hạt tiêu.

c) Đổ nước sốt lên món salad quinoa và trộn nhẹ nhàng để kết hợp.

d) Để salad khoảng 15 phút để các hương vị hòa quyện với nhau. Điều chỉnh gia vị nếu cần.

e) Phục vụ món salad quinoa tẩm hoa cơm cháy như một món ăn kèm sảng khoái hoặc thêm gà nướng, tôm hoặc đậu xanh để tạo nên một bữa ăn hoàn chỉnh.

44.Risotto nấm cơm cháy

THÀNH PHẦN:

- 2 chén gạo Arborio
- ½ chén hoa Elderflower khô
- ½ chén rượu trắng
- 6 chén nước luộc rau, đun nóng
- 1 chén nấm, thái lát
- ½ cốc phô mai Parmesan bào
- 2 thìa bơ
- 2 muỗng canh dầu ô liu
- 2 tép tỏi, băm nhỏ
- Muối và hạt tiêu cho vừa ăn

HƯỚNG DẪN:

a) Trong nồi, đun sôi nước luộc rau và giữ ấm ở lửa nhỏ.

b) Trong một nồi riêng, đun nóng dầu ô liu và bơ trên lửa vừa. Thêm tỏi băm và xào trong một phút cho đến khi có mùi thơm.

c) Cho gạo Arborio vào nồi và khuấy đều để dầu và bơ phủ lên gạo. Nấu trong vài phút cho đến khi các hạt gạo chuyển sang màu trong suốt ở rìa.

d) Thêm rượu trắng vào nồi và khuấy đều cho đến khi gạo ngấm.

e) Cho hoa cơm cháy khô vào nồi và khuấy đều.

f) Bắt đầu thêm nước luộc rau ấm vào nồi, từng muôi một, khuấy liên tục cho đến khi nước luộc rau ngấm hết trước khi thêm nước tiếp theo. Tiếp tục quá trình này trong khoảng 20-25 phút cho đến khi cơm chín mềm và có độ sệt như kem.

g) Trong một chảo riêng, xào nấm đã thái lát cho đến khi chín vàng và mềm. Nêm với muối và hạt tiêu.

h) Khuấy nấm xào, phô mai Parmesan bào, muối và tiêu vào cơm risotto.

i) Tắt bếp và để yên trong vài phút trước khi dùng.

j) Dùng nóng món risotto nấm ngâm hoa cơm cháy, trang trí thêm phô mai Parmesan và các loại thảo mộc tươi nếu muốn.

45.Súp đậu đen hoa cơm cháy

THÀNH PHẦN:

- 2 chén đậu đen nấu chín
- 4 chén nước luộc rau
- 1 cốc cà chua thái hạt lựu (đóng hộp hoặc tươi)
- ½ chén ớt chuông thái hạt lựu
- ½ chén hành tây thái hạt lựu
- 2 tép tỏi, băm nhỏ
- 2 muỗng canh dầu ô liu
- 2 muỗng canh trà Elderflower (ủ mạnh và để nguội)
- 1 thìa cà phê thì là xay
- ½ muỗng cà phê ớt bột
- Muối và hạt tiêu cho vừa ăn
- Rau mùi tươi để trang trí
- Kem chua hoặc sữa chua Hy Lạp (tùy chọn)

HƯỚNG DẪN:

a) Trong một nồi lớn, đun nóng dầu ô liu trên lửa vừa. Thêm hành tây thái hạt lựu, ớt chuông và tỏi băm. Xào cho đến khi hành tây trong suốt và ớt hơi mềm.

b) Cho đậu đen nấu chín, cà chua thái hạt lựu, nước luộc rau, trà hoa cơm cháy, thì là xay và ớt bột vào nồi. Khuấy đều để kết hợp.

c) Đun sôi hỗn hợp, sau đó giảm nhiệt và đun nhỏ lửa trong khoảng 15-20 phút để các hương vị hòa quyện với nhau.

d) Sử dụng máy xay ngâm hoặc máy xay đặt trên bàn, trộn súp cho đến khi mịn và như kem. Nếu sử dụng máy xay đặt trên bàn, hãy làm theo mẻ và cẩn thận khi trộn chất lỏng nóng.

e) Cho súp trở lại nồi và nêm muối và hạt tiêu cho vừa ăn. Đun nhỏ lửa thêm 5 phút.

f) Múc súp đậu đen ngâm hoa cơm cháy vào bát và trang trí với ngò tươi. Thêm một ít kem chua hoặc sữa chua Hy Lạp nếu muốn. Ăn nóng với bánh mì giòn hoặc bánh tortilla.

46.Thịt bò xiên ướp hoa cơm cháy

THÀNH PHẦN:

- 1 pound thăn bò hoặc bít tết sườn, cắt thành khối
- ¼ cốc xi-rô hoa cơm cháy
- 2 muỗng canh nước tương
- 1 muỗng canh nước cốt chanh
- 1 thìa mật ong
- 1 thìa cà phê thì là xay
- 1 muỗng cà phê ớt bột xông khói
- 2 tép tỏi, băm nhỏ
- Muối và hạt tiêu cho vừa ăn
- Xiên bằng kim loại hoặc bằng gỗ (nếu dùng xiên bằng gỗ thì ngâm trong nước 30 phút trước khi nướng)

HƯỚNG DẪN:

a) Trong một cái bát, trộn đều xi-rô hoa cơm cháy, nước tương, nước cốt chanh, mật ong, thìa là, ớt bột xông khói, tỏi băm, muối và tiêu để làm nước xốt.

b) Đặt các khối thịt bò vào túi ziplock và đổ nước xốt lên trên. Đậy kín túi và xoa bóp để đảm bảo thịt bò được phủ đều. Ướp trong tủ lạnh ít nhất 2 tiếng hoặc qua đêm.

c) Làm nóng lò nướng ở nhiệt độ trung bình cao. Xiên các khối thịt bò đã ướp vào xiên.

d) Nướng xiên trong khoảng 4-6 phút mỗi mặt hoặc cho đến khi thịt bò chín tới độ chín mà bạn mong muốn.

e) Lấy xiên ra khỏi vỉ nướng và để xiên nghỉ vài phút trước khi dùng. Dùng xiên thịt bò ướp hoa cơm cháy làm món khai vị hoặc món chính ăn kèm với rau nướng hoặc cơm.

MÓN TRÁNG MIỆNG

47.Hoa cơm cháy luộc

THÀNH PHẦN:

- 250g quả lý gai
- 2 muỗng canh đường bột
- 90ml nước hoa cơm cháy

HƯỚNG DẪN:

a) Bắt đầu bằng cách săn trộm quả lý gai. Đặt chúng vào một cái chảo có đáy dày rồi thêm đường và nước hoa cơm cháy.

b) Đặt chảo lên lửa nhỏ và khuấy đều cho đến khi đường tan hoàn toàn.

c) Tăng lửa ở mức trung bình và tiếp tục nấu trong khoảng 4 phút cho đến khi quả lý gai mềm nhưng vẫn giữ được hình dạng.

d) Nhấc chảo ra khỏi bếp và để cho quả lý gai luộc nguội hoàn toàn.

e) Thưởng thức những quả lý gai luộc thơm ngon này như một món tráng miệng thú vị hoặc lớp phủ cho các món ăn khác nhau.

48.Bánh bông lan chanh và hoa cơm cháy

THÀNH PHẦN:

DÂU TÂY:

- 1 lb dâu tây, giảm một nửa (làm tư nếu lớn)
- 2 muỗng canh. đường
- 1 muỗng canh. St-Germain (rượu mùi hoa cơm cháy)

BÁNH NGỌT:

- ¾ cốc (1½ que) bơ không muối, ở nhiệt độ phòng, cộng thêm để bôi mỡ vào chảo
- 1½ cốc (188 g) bột mì đa dụng, cộng thêm bột mì để lau chảo
- ½ muỗng cà phê. bột nở
- ½ muỗng cà phê. Tinh thể kim cương hoặc ¼ muỗng cà phê. muối kosher Morton
- 3 quả trứng lớn, ở nhiệt độ phòng
- 1¼ cốc (250 g) đường
- 3 muỗng canh. St-Germain (rượu mùi hoa cơm cháy)
- 2 muỗng cà phê. vỏ chanh bào mịn
- 2 muỗng cà phê. tinh dầu vanilla
- ½ cốc kem đặc, ở nhiệt độ phòng

KÍNH VÀ LẮP RÁP:

- 4 muỗng canh. Bơ không muối
- 6 muỗng canh. đường
- ⅓ cốc nước chanh tươi
- Một chút muối kosher
- 2 muỗng canh. St-Germain (rượu mùi hoa cơm cháy)
- ½ muỗng cà phê. tinh dầu vanilla

HƯỚNG DẪN:

DÂU TÂY:

a) Làm nóng lò nướng của bạn ở nhiệt độ 250°F (121°C). Đặt dâu tây vào đĩa nướng 8x8" rồi rắc đường và St-Germain. Nướng chúng, khuấy đều mỗi giờ hoặc lâu hơn cho đến khi chúng trở nên mọng nước và mềm, mất khoảng 2½–3 giờ. Để dâu tây nướng nguội .

b) Bạn có thể rang dâu tây trước tối đa 1 tuần. Bảo quản chúng trong hộp kín và để trong tủ lạnh. Nếu muốn, hãy hâm nóng lại trong một cái chảo nhỏ.

BÁNH NGỌT:

c) Làm nóng lò nướng của bạn ở nhiệt độ 325°F (163°C). Bơ và bột mì vào chảo Bundt 6 cốc hoặc chảo bánh mì 9x5". Trong tô vừa, trộn đều bột nở, muối và 1½ cốc bột mì.

d) Sử dụng máy trộn điện, đánh trứng, đường, St-Germain, vỏ chanh, vani và ¾ cốc bơ trong tô lớn ở tốc độ trung bình-thấp cho đến khi mịn và hòa quyện (sử dụng phụ kiện cánh khuấy nếu sử dụng máy trộn đứng). Quá trình này sẽ mất khoảng 2 phút (hỗn hợp sẽ có vẻ như bị vỡ, điều này không sao cả).

e) Giảm tốc độ xuống thấp và đánh dần dần các nguyên liệu khô, mỗi lần ¼ cốc, cạo dọc thành bát nếu cần, cho đến khi hòa quyện hoàn toàn. Tăng tốc độ lên trung bình và đánh kem cho đến khi hòa quyện hoàn toàn.

f) Cạo bột vào chảo đã chuẩn bị sẵn và làm phẳng bề mặt. Nướng cho đến khi bánh chuyển sang màu nâu vàng và khi thử thấy bánh sạch hoặc chỉ còn vài mẩu vụn. Quá trình này sẽ mất khoảng 40–45 phút nếu sử dụng chảo Bundt hoặc 50–60 phút nếu sử dụng chảo bánh mì. Chuyển chảo sang giá lưới và để bánh nguội trong chảo trong 20 phút.

KÍNH VÀ LẮP RÁP:

g) Trong khi bánh nguội, nấu bơ trong chảo nhỏ trên lửa vừa thấp, đảo thường xuyên cho đến khi nổi bọt, chuyển sang màu nâu (không cháy) và tỏa ra mùi thơm hạt dẻ (khoảng 6–8 phút). Thêm đường và nấu, đánh liên tục cho đến khi tan, mất khoảng 1 phút.

h) Đánh đều nước cốt chanh và muối, sau đó nấu, thỉnh thoảng khuấy cho đến khi hỗn hợp giảm nhẹ, khoảng 5 phút. Thêm St-Germain và vani, rồi tiếp tục nấu, khuấy thường xuyên cho đến khi men đạt độ sệt như xi-rô, khoảng 2 phút.

i) Úp bánh ra đĩa (lật bánh thẳng đứng nếu dùng chảo ổ bánh). Dùng bút thử chọc các lỗ trên khắp bánh và phết men lên bánh còn ấm.

j) Cắt bánh thành từng lát và thưởng thức, phủ dâu tây nướng và nước ép của chúng lên trên. Thưởng thức!

49.Chậu việt quất, hoa cơm cháy và chanh

THÀNH PHẦN:

- 225g quả việt quất
- 1 muỗng canh nước ép hoa cơm cháy
- 125g đường bột
- Kem đôi 300ml
- Vỏ và nước cốt của 2 quả chanh
- 300g sữa chua Hy Lạp nguyên chất
- 6 bánh quy amaretti

HƯỚNG DẪN:

a) Trong một cái chảo nhỏ, trộn quả việt quất và hoa cơm cháy. Đun nóng nhẹ, thỉnh thoảng lắc cho đến khi quả mọng tiết ra một ít nước và được phủ một lớp xi-rô nhẹ. Quá trình này sẽ mất khoảng 3-4 phút.
b) Chia hỗn hợp việt quất giữa 6 ly hoặc ramekins, mỗi ly có thể tích khoảng 175ml. Làm lạnh chúng trong khi chuẩn bị kem chanh.
c) Rửa sạch chảo và thêm đường, kem và vỏ chanh. Đặt nó trên lửa vừa và khuấy mọi thứ lại với nhau. Đun sôi, sau đó đun nhỏ lửa trong vài phút.
d) Nhấc hỗn hợp ra khỏi bếp và khuấy đều nước cốt chanh và sữa chua cho đến khi hòa quyện. Đổ hỗn hợp này qua rây vào bình.
e) Cẩn thận đổ kem chanh vào ly trên mứt việt quất. Làm lạnh chậu ít nhất 6 giờ hoặc qua đêm cho đến khi chúng cứng lại.
f) Ngay trước khi dùng, hãy nghiền nhẹ bánh quy amaretti và rắc chúng lên trên miệng nồi.
g) Hãy thưởng thức những chậu việt quất, hoa cơm cháy và chanh thú vị này như một món tráng miệng sảng khoái và thỏa mãn!

50. Tart đại hoàng và hoa cơm cháy

THÀNH PHẦN:

ĐỐI VỚI BÁNH:

- 115 gram bột mì nguyên chất
- 25 gram đường bột
- 15 gram đường bột
- 50 gram bơ
- 1 Lòng Đỏ Trứng (nhỏ)
- 2 thìa nước đá

ĐỂ LÀM TRÁI CÂY:

- 500 gram đại hoàng (xắt nhỏ)
- 5 thìa hoa cơm cháy
- 2 thìa đường Caster

ĐỐI VỚI TOPPING CRUMBLE:

- 100 gram bột mì nguyên chất
- 50 gram Yến mạch
- 100 gram bơ
- 75 gram đường bột

HƯỚNG DẪN:

ĐỐI VỚI BÁNH:

a) Trong một cái bát, trộn bột mì, đường bột và đường bột.

b) Chà bơ cho đến khi hỗn hợp giống như vụn bánh mì.

c) Đánh lòng đỏ trứng với nước đá rồi cho vào hỗn hợp bột. Trộn và nhào nhẹ nhàng cho đến khi tạo thành một khối bột mềm.

d) Bọc bánh bằng màng bọc thực phẩm rồi cho vào tủ lạnh khoảng 30 phút.

e) Sau khi làm lạnh, cán mỏng bánh ngọt và dùng nó để lót bốn khuôn bánh tart có rãnh 4 inch.

f) Lót giấy nến vào hộp bánh ngọt, đổ đậu nướng vào và nướng trong lò đã làm nóng trước ở nhiệt độ 190°C (375°F) hoặc Gas Mark 5 trong 15-20 phút.

g) Để vỏ bánh nguội.

ĐỂ LÀM TRÁI CÂY:

h) Cho đại hoàng cắt nhỏ và thân hoa cơm cháy vào chảo rồi đun nóng nhẹ, đậy nắp cho đến khi quả mềm nhưng vẫn giữ được hình dạng.

i) Nhẹ nhàng lật trái cây trong chảo và nếm thử vị ngọt. Nếu nó quá chua so với khẩu vị của bạn, hãy thêm đường bột. Để trái cây nguội.

j) Đối với lớp phủ vụn:

k) Trong một bát riêng, chà bơ vào bột mì cho đến khi hỗn hợp giống như vụn bánh mì thô.

l) Khuấy yến mạch và đường bột.

LẮP RÁP BÁNH TART:

m) Khi trái cây đã nguội, nhẹ nhàng cho trái cây vào chảo nước ép và đổ vào hộp đựng bánh ngọt.

n) Phủ lên trên trái cây một lớp vụn vụn.

o) Cho bánh tart vào lò nướng thêm 15 phút hoặc cho đến khi lớp vỏ bánh có màu nâu vàng.

p) Phục vụ món bánh Tart đại hoàng và hoa cơm cháy khi còn ấm với các món ăn kèm mà bạn lựa chọn, chẳng hạn như kem, sữa trứng hoặc kem.

q) Hãy thưởng thức món bánh Tart đại hoàng và hoa cơm cháy thơm ngon của bạn! Đó là sự kết hợp thú vị giữa hương vị chua của đại hoàng và hoa cơm cháy ngọt ngào với lớp trên cùng là lớp vụn dễ chịu.

51.Parfait hoa cơm cháy

THÀNH PHẦN:

ĐỐI VỚI MÓN sorbet dâu tây:

- 55g đường bột
- 55g nước
- 125g bột dâu tây Boiron
- 5g nước cốt chanh
- 12g chất ổn định kem

ĐỐI VỚI KEM ĐÁNH DẤU:

- 310g kem đôi
- 90g nhánh hoa cơm cháy tươi

ĐỐI VỚI Meringue Ý:

- Một chút nước
- 90g đường bột
- 6g si-rô glucose
- 1 1/2 lòng trắng trứng, đánh nhẹ

ĐỐI VỚI PATE MỘT BOM:

- 50g đường bột
- 75g lòng đỏ trứng

ĐỐI VỚI JUS DÂU TÂY:

- 125g dâu tây
- 32g đường bột

ĐỐI VỚI BÁNH CÀO CƠM:

- 25g bột tempura
- 40g nước có ga, để lạnh
- 5 nhánh hoa cơm cháy tươi, chia thành từng chùm riêng lẻ
- Dầu trung tính, để chiên ngập dầu
- Đường bột để rắc, rây

ĐỐI VỚI TRANG TRÍ:

- 1 muỗng canh dâu tây đông khô, vụn

HƯỚNG DẪN:

a) Để làm kem hấp, hãy tạo xi-rô bằng cách kết hợp nước và đường trong nồi. Đun sôi, sau đó để nguội cho đến khi nguội hoàn toàn (bạn có thể làm điều này với đá).

b) Kết hợp xi-rô ướp lạnh với dâu tây nghiền nhuyễn, chất ổn định kem hấp và nước cốt chanh. Làm đông hỗn hợp này trong hộp Pacojet qua đêm.

c) Đối với phần kem tươi đã đánh bông, làm ấm 125g kem đến 60°C và thêm đầu hoa cơm cháy vào. Để nguội trong 2 giờ. Đừng quá nóng, nếu không nó sẽ không nổi.

d) Cho kem qua rây, đẩy hết chất lỏng ra, sau đó cho phần kem còn lại vào và đánh đến khi đạt chóp vừa mềm.

e) Để làm bánh trứng đường, cho một chút nước vào nồi cùng với đường và đường glucose. Đun nóng đến 118°C. Từ từ thêm lòng trắng trứng vào và tiếp tục đánh cho đến khi hỗn hợp nguội.

f) Đối với pate a Bombe, cho lòng đỏ trứng vào máy trộn đứng và đánh cho đến khi thể tích tăng gấp ba lần.

g) Trộn đường với lượng nước vừa đủ để giống cát, sau đó cho vào chảo đun nóng đến 115°C.

h) Đổ từ từ lòng đỏ đã đánh bông vào chảo, khuấy đều. Tiếp tục đánh cho đến khi nguội.

i) Trộn 175g meringue với 125g pate abobe, sau đó cho kem tươi đã đánh bông vào trộn đều. Đổ hỗn hợp này vào các vòng parfait kim loại đặt trên khay phẳng và để đông qua đêm.

j) Đối với nước ép dâu tây, cắt dâu tây và trộn với đường trong tô chịu nhiệt, sau đó đậy nắp lại. Đặt nó lên chảo nước sôi và nấu trong một giờ cho đến khi nước ép chảy ra, đổ thêm nước sôi nếu cần. Làm lạnh nó trên đá và lọc qua một miếng vải muslin.

k) Chuẩn bị dầu để chiên ngập dầu bằng cách đun nóng đến 180°C. Đánh bột và nước trên đá cho đến khi có độ đặc như kem đơn. Nhúng đầu hoa cơm cháy vào bột rồi nhúng vào dầu. Chiên chúng cho đến khi vàng, dùng kẹp để giữ chúng ngập trong dầu. Lấy ra khỏi dầu và lau khô trên một miếng vải, sau đó phủ một lớp đường bột đã rây.

l) Thực hiện nhanh chóng bằng cách đổ nước ép dâu vào 4 bình đựng đá lạnh. Đổ parfaits vào 4 bát, phủ hoa cơm cháy và dâu tây vụn lên trên. Hòa tan kem và thêm nó vào bát cùng với bánh rán. Phục vụ cùng với jus.

m) Hãy thưởng thức món parfait hoa cơm cháy thanh lịch và thơm ngon này!

52. Trái cây kỳ lạ với hoa cơm cháy zabaglione

THÀNH PHẦN:

ĐỐI VỚI MÓN Salad TRÁI CÂY:

- 1 quả xoài, gọt vỏ, bỏ hạt và thái hạt lựu
- 1 quả đu đủ, gọt vỏ, bỏ hạt và thái hạt lựu
- 1 quả kiwi, gọt vỏ và thái lát
- 1 chén dứa tươi
- 1 cốc dâu tây tươi, bỏ vỏ và cắt đôi
- 1 cốc quả việt quất tươi
- 1 cốc quả mâm xôi tươi
- Lá bạc hà tươi để trang trí

ĐỐI VỚI ZABAGLIONE ELDERFLOWER:

- 4 lòng đỏ trứng lớn
- ½ chén đường cát
- ½ cốc rượu mùi hoa cơm cháy (chẳng hạn như St-Germain)
- ½ chén rượu trắng khô
- 1 muỗng cà phê chiết xuất vani

HƯỚNG DẪN:

CHUẨN BỊ SALAD TRÁI CÂY:

a) Trong một tô lớn, trộn xoài, đu đủ, kiwi, dứa, dâu tây, quả việt quất và quả mâm xôi. Lắc nhẹ để các loại trái cây trộn đều. Đặt vào tủ lạnh trong khi bạn làm zabaglione.

LÀM ZABAGLIONE ELDERFLOWER:

b) Trong một tô chịu nhiệt, đánh lòng đỏ trứng và đường cho đến khi hòa quyện.

c) Trong nồi, đun sôi nước. Đặt tô chịu nhiệt đựng hỗn hợp lòng đỏ trứng lên trên nước sôi (phương pháp đun sôi đôi). Đảm bảo đáy bát không chạm vào nước.

d) Dần dần cho rượu mùi hoa cơm cháy và rượu trắng vào hỗn hợp lòng đỏ trứng. Tiếp tục đánh liên tục và nấu trong khoảng 10-12 phút cho đến khi hỗn hợp đặc lại và trở thành kem. Nó sẽ phủ lên mặt sau của một cái thìa.

e) Lấy bát ra khỏi bếp và khuấy đều chiết xuất vani. Để zabaglione nguội một chút.

f) Chia món salad trái cây đã chuẩn bị vào các bát hoặc ly phục vụ.

g) Rắc hoa cơm cháy zabaglione lên trái cây.

h) Trang trí mỗi khẩu phần bằng lá bạc hà tươi.

i) Hãy phục vụ ngay món salad trái cây tươi mát với zabaglione hoa cơm cháy và thưởng thức món tráng miệng thú vị và trang nhã này.

53.Bánh Dâu & Hoa Cơm Cháy

THÀNH PHẦN:

- 150g đường cát
- Vỏ của 1 quả chanh
- 170g Bơ Không Muối
- 4 quả trứng
- 1/4 muỗng cà phê muối
- 1 1/2 muỗng cà phê bột nở
- 1 1/2 muỗng cà phê Bicarbonate của Soda
- 250ml Sữa Chua Nguyên Chất
- 150g Bột mì trắng thường
- 150g bột mì nguyên hạt

ĐỐI VỚI TOPPING:

- 60g bơ mềm
- 3 muỗng canh hoa cơm cháy
- 100g dâu tây, cắt nhỏ
- 160g đường xay

HƯỚNG DẪN:

a) Làm nóng lò nướng ở nhiệt độ 180°C rồi bôi mỡ và lót đĩa 29cm.

b) Kết hợp cả hai loại bột, bột nở, bicarbonate soda và muối. Đặt các thành phần khô sang một bên.

c) Trong một bát riêng, đánh đường, bơ và vỏ chanh cho đến khi hòa quyện. Đánh từng quả trứng vào, sau đó cho sữa chua vào khuấy đều. Sau đó, trộn hỗn hợp này với các nguyên liệu khô.

d) Nướng hỗn hợp trong khoảng 40 phút hoặc cho đến khi nó chuyển sang màu nâu vàng. Để kiểm tra xem bánh đã chín chưa, hãy dùng que xiên hoặc que thử bánh – khi rút ra bánh sẽ sạch. Sau khi hoàn tất, hãy trộn nước ép hoa cơm cháy với hai thìa nước và rưới lên chiếc bánh ấm. Hãy để nó nguội.

e) Để làm kem bơ, trộn dâu tây và nước cốt chanh, sau đó đun nóng ở mức vừa phải, khuấy đều cho đến khi giảm hoàn toàn. Để nguội; đây sẽ là 'mứt' của bạn.

f) Cuối cùng, đánh bơ đã làm mềm với mứt đã nguội và trộn với đường bột cho đến khi thu được hỗn hợp mịn. Phết kem bơ này lên chiếc bánh đã nguội của bạn và phủ dâu tây và hoa cơm cháy lên trên.

g) Thưởng thức bánh dâu tây và hoa cơm cháy thơm ngon - một niềm đam mê mùa hè hoàn hảo!

54.Ban Mimosa Hoa

THÀNH PHẦN:

CÂY MẮC CỠ:

- Rượu sâm banh
- Xi-rô hoa oải hương
- rượu hoa cơm cháy
- Trà dâm bụt (ướp lạnh)
- nước hoa hồng

ĐI KÈM:

- Hoa tươi ăn được (như hoa pansies, hoa tím và hoa hồng)
- Bánh quy bơ hoa oải hương
- Phô mai ngâm hoa cơm cháy (nếu có)
- Bánh macaron hoặc bánh quy dâm bụt
- Bánh nướng nhỏ hoặc bánh nướng nước hoa hồng

HƯỚNG DẪN:

a) Đặt rượu sâm panh và nhiều loại xi-rô và rượu mùi lấy cảm hứng từ hoa lên bảng. Bao quanh đồ uống với những bông hoa tươi ăn được để trang trí.

b) Thêm bánh quy bơ hoa oải hương, phô mai tẩm hoa cơm cháy và bánh hạnh nhân hoặc bánh quy dâm bụt.

c) Bao gồm những chiếc bánh nướng nhỏ hoặc bánh ngọt có nước hoa hồng để hoàn thiện tấm bảng theo chủ đề hoa.

d) Du khách có thể thưởng thức tuyển chọn các loại mimosa kết hợp tinh tế và thơm ngát cùng với các món hoa.

55.Dâu đen và hoa cơm cháy Bavarois

THÀNH PHẦN:

BỌT BIỂN GENOISE:

- 150g trứng nguyên quả (6 quả lớn)
- 150g đường bột
- 150g bột mì thường
- 63g bơ lạt, đun chảy

SIRO ĐƠN GIẢN:

- 113ml nước
- 145g đường
- 1 vỏ chanh
- ½ quả vani

KEM CAO CẤP BAVARIA:

- 4 lòng đỏ trứng
- 100g đường bột
- 230ml sữa
- 170ml nước hoa cơm cháy
- 13g lá gelatin
- 200ml kem tươi

PUREE TRÁI CÂY:

- 500g mâm xôi
- 50ml nước
- 50g đường bột
- 10ml nước cốt chanh

MOUSSE:

- 11g lá gelatin
- 500ml kem tươi
- 350g nước ép dâu đen
- 80g đường bột

MEN BLACKBERRY:

- 8g lá gelatin
- 175g nước ép dâu đen
- 100g xi-rô đơn giản
- ½ quả vani

HƯỚNG DẪN:

BỌT BIỂN GENOISE:

a) Làm nóng lò ở 190°C và lót giấy nướng chống dính vào khay nướng phẳng 30 x 40 cm.

b) Làm sabayon bằng cách đánh trứng và đường trên nước sốt bain-marie cho đến khi đạt nhiệt độ 37°C rồi tiếp tục đánh cho đến khi đạt đến giai đoạn ruy băng. Cẩn thận trộn bột đã rây bằng thìa.

c) Trộn hai muỗng sabayon vào bơ tan chảy rồi thêm lại vào phần còn lại của sabayon.

d) Trải đều hỗn hợp lên khay nướng có lót giấy nến và nướng trong vòng 12-15 phút cho đến khi có màu vàng nâu. Hãy để nó nguội.

SIRO ĐƠN GIẢN:

e) Trong một cái chảo, kết hợp nước, đường bột, vỏ chanh, hạt từ vỏ vani và chính vỏ quả đó. Đun sôi và nấu trong 2-3 phút. Hãy để nó nguội.

KEM CAO CẤP BAVARIA:

f) Ngâm gelatin vào nước lạnh khoảng 3-4 phút cho mềm rồi vắt bớt nước.

g) Đánh lòng đỏ trứng và đường cho đến khi có màu vàng nhạt.

h) Đun sôi sữa rồi cho từ từ vào hỗn hợp trứng/đường.

i) Cho hỗn hợp trở lại chảo và đun nóng cho đến khi đặc lại, khuấy liên tục.

j) Thêm nước ép hoa cơm cháy và gelatin. Tắt bếp, cho vào thau nước đá và đánh đều trong 2-3 phút. Làm lạnh sữa trứng.

k) Đánh kem cho đến khi vừa qua giai đoạn ruy băng và cho vào phần sữa trứng.

PUREE TRÁI CÂY:

l) Trộn quả mâm xôi để tạo thành hỗn hợp nhuyễn. Đun sôi nước và đường rồi để nguội. Trộn xi-rô ấm và nước cốt chanh vào nước ép dâu đen, sau đó lọc và để nguội.

MOUSSE:

m) Ngâm lá gelatin.

n) Đánh kem cho đến khi đạt đến giai đoạn dạng ruy băng.

o) Đun nóng 150g nhuyễn với đường cho đến khi đường tan. Thêm gelatin và khuấy cho đến khi hòa tan. Lọc và thêm phần nhuyễn còn lại. Gấp kem tươi vào.

MEN BLACKBERRY:

p) Ngâm gelatin trong nước lạnh. Thêm vỏ và hạt vani vào chảo cùng với dâu đen xay nhuyễn và xi-rô đơn giản, rồi đun sôi.

q) Đánh đều gelatin và lọc.
r) Bảo quản trong hộp kín trong tủ lạnh cho đến khi sẵn sàng sử dụng.

ĐỂ LẮP RÁP:

s) Cắt miếng bọt biển genoise thành hình tròn 10 inch bằng cách sử dụng vòng bánh làm hướng dẫn.
t) Chải miếng bọt biển bằng xi-rô đơn giản.
u) Đổ kem Bavarian hoa cơm cháy lên miếng bọt biển và trải đều. Bọc bánh bằng màng bọc thực phẩm và để trong tủ lạnh trong 1 giờ.
v) Lấy bánh ra khỏi tủ lạnh và đổ mousse dâu đen lên trên, dàn đều.
w) Dùng màng bọc thực phẩm bọc lại rồi cho vào ngăn đá tủ lạnh ít nhất 4 tiếng. Lấy ra khỏi tủ đông, phủi sạch đá và đổ men dâu đen lên trên mousse đông lạnh.
x) Để trong tủ lạnh ít nhất 20 phút.
y) Để món tráng miệng rã đông trong tủ lạnh từ 6-8 giờ trước khi trang trí bằng trái cây tươi hoặc bánh trứng đường nhỏ ngay trước khi dùng.

56.Kem hoa cơm cháy Brulée

THÀNH PHẦN:

- 2 cốc kem đặc
- ½ chén đường cát
- 2 muỗng canh xi-rô hoa cơm cháy
- 6 lòng đỏ trứng lớn
- ½ muỗng cà phê vỏ chanh
- Đường cát thêm để tạo caramen

HƯỚNG DẪN:

a) Làm nóng lò ở nhiệt độ 325°F (160°C). Đặt sáu chiếc ramekins vào đĩa nướng.

b) Trong chảo, đun nóng kem đặc và đường cát trên lửa vừa cho đến khi bắt đầu sôi. Tắt bếp và cho xi-rô hoa cơm cháy và vỏ chanh vào khuấy đều.

c) Trong một tô trộn, đánh lòng đỏ trứng cho đến khi hòa quyện. Từ từ đổ hỗn hợp kem vào lòng đỏ trứng, đánh liên tục.

d) Chia đều hỗn hợp vào các ramekin. Đặt đĩa nướng có các khuôn ramekin lên giá lò nướng và cẩn thận đổ nước nóng vào đĩa nướng sao cho ngập khoảng nửa chừng các cạnh của khuôn ramekin.

e) Nướng trong khoảng 35-40 phút hoặc cho đến khi các cạnh đã se lại nhưng phần giữa vẫn hơi lắc lư.

f) Lấy ramekins ra khỏi nồi cách thủy và để nguội đến nhiệt độ phòng. Sau đó để lạnh ít nhất 2 giờ hoặc cho đến khi nguội hoàn toàn.

g) Khi sẵn sàng phục vụ, rắc một lớp đường mỏng lên trên mỗi crème brûlée. Dùng đèn khò để caramen đường cho đến khi tạo thành lớp vỏ màu nâu vàng. Để đường cứng lại trong vài phút trước khi dùng.

57.Mousse chanh hoa cơm cháy

THÀNH PHẦN:

- ½ cốc nước ép hoa cơm cháy hoặc xi-rô
- Vỏ của 1 quả chanh
- Nước ép của 2 quả chanh
- 1 cốc kem đặc
- ¼ chén đường bột
- Vỏ chanh cuộn để trang trí (tùy chọn)

HƯỚNG DẪN:

a) Trong một bát trộn, trộn nước hoa cơm cháy hoặc xi-rô, vỏ chanh và nước cốt chanh.

b) Trong một bát riêng, đánh bông kem đặc và đường bột cho đến khi tạo thành chóp mềm.

c) Nhẹ nhàng trộn kem đã đánh bông vào hỗn hợp hoa cơm cháy-chanh cho đến khi hòa quyện.

d) Đổ mousse vào ly hoặc bát phục vụ và để trong tủ lạnh ít nhất 2 giờ hoặc cho đến khi đông lại.

e) Trước khi dùng, trang trí bằng các lọn tóc vỏ chanh nếu muốn.

58.Kem lê hoa cơm cháy

THÀNH PHẦN

- 1 tấm gelatin
- 2⅓ cốc lê xay nhuyễn
- 2 muỗng canh đường
- 1 muỗng canh nước ép hoa cơm cháy
- ⅛ muỗng cà phê muối kosher
- ⅛ muỗng cà phê axit xitric

HƯỚNG DẪN

a) Làm nở gelatin.

b) Đun nóng một ít lê xay nhuyễn rồi cho gelatin vào đánh tan. Đánh đều phần lê xay nhuyễn còn lại, đường glucose, nước ép hoa cơm cháy, muối và axit xitric cho đến khi mọi thứ được hòa tan hoàn toàn và hòa quyện.

c) Đổ hỗn hợp vào máy làm kem và đông lạnh theo hướng dẫn của nhà sản xuất. Tốt nhất nên vắt kem ngay trước khi phục vụ hoặc sử dụng, nhưng nó sẽ được giữ trong hộp kín trong tủ đông tối đa 2 tuần.

59.Panna cotta hoa cơm cháy với dâu tây

THÀNH PHẦN:

- Kem đôi 500ml
- 450ml sữa đầy đủ chất béo
- 10 đầu hoa cơm cháy lớn, hoa được hái
- 1 quả vani, cạo sạch hạt
- 5 lá gelatin
- 85g đường vàng

CHO SỰ TUYỆT VỜI

- 75g bơ, cộng thêm để bôi trơn
- 75g bột mì thường
- 50g đường vàng
- 25g hạnh nhân xay

PHỤC VỤ

- 250g dâu tây dạng hạt, cắt bỏ phần ngọn
- 1 muỗng canh đường vàng
- một vài bông hoa cơm cháy để trang trí

HƯỚNG DẪN:

a) Cho kem, sữa, hoa, vỏ vani và hạt vào chảo đặt trên lửa vừa. Ngay khi chất lỏng bắt đầu sôi, hãy tắt bếp và để nguội hoàn toàn.

b) Trong khi đó, đối với phần vụn, cho bơ vào chảo nhỏ và đun nóng nhẹ cho đến khi bơ chuyển sang màu nâu đậm và có mùi hạt dẻ. Đổ vào tô và để nguội ở nhiệt độ phòng cho đến khi cứng lại.

c) Khi hỗn hợp kem đã nguội, bôi nhẹ dầu vào bên trong sáu khuôn dariole 150ml. Ngâm lá gelatin trong nước lạnh khoảng 10 phút. Lọc hỗn hợp kem đã nguội qua rây vào chảo sạch, loại bỏ hoa cơm cháy và vỏ vani. Cho đường vào và khuấy đều cho tan. Đặt trên lửa nhỏ và đun sôi trở lại, sau đó đổ vào bình lớn. Bóp hết chất lỏng dư thừa ra khỏi gelatin và khuấy vào kem nóng cho đến khi tan chảy. Tiếp tục khuấy cho đến khi hỗn hợp nguội và hơi đặc lại để tất cả hạt vani không chìm xuống đáy. Đổ vào khuôn và để lạnh ít nhất 4 giờ. cho đến khi được thiết lập.

d) Làm nóng lò ở nhiệt độ 180C/160C quạt/gas 4. Xoa bơ đã làm chín vào bột, sau đó khuấy đều với đường và hạnh nhân. Trải ra khay có lót sẵn giấy nến nướng. Nướng trong 25-30 phút cho đến khi vàng, khuấy vài lần. Để lại mat.

e) Cắt dâu tây, sau đó trộn với đường và 1 muỗng cà phê nước. Đặt sang một bên để ngâm trong 20 phút.

f) Xếp bánh panna cotta ra đĩa và phủ dâu tây cùng nước ép lên trên. Rắc một ít vụn bánh lên trên, cho phần còn thừa vào tô bên cạnh, sau đó trang trí bằng một vài bông hoa cơm cháy.

60.Flan hoa cơm cháy

THÀNH PHẦN

- 1 cốc kem đặc
- 1 cốc sữa nguyên chất
- ½ cốc đường
- 4 quả trứng
- 1 thìa cà phê nước ép hoa cơm cháy
- Hoa cơm cháy tươi (tùy chọn)

HƯỚNG DẪN

a) Làm nóng lò ở nhiệt độ 350°F (175°C).

b) Trong một chảo vừa, đun nóng kem, sữa và đường trên lửa vừa cho đến khi đường tan.

c) Trong một bát riêng, đánh trứng và nước ép hoa cơm cháy với nhau.

d) Từ từ đổ hỗn hợp kem vào hỗn hợp trứng, đánh liên tục.

e) Lọc hỗn hợp qua rây mịn.

f) Đổ hỗn hợp vào đĩa nướng 9 inch (23 cm).

g) Đặt đĩa nướng vào đĩa nướng hoặc chảo rang lớn hơn và đổ nước nóng vừa đủ vào đĩa lớn hơn sao cho ngập nửa thành của đĩa nhỏ hơn.

h) Nướng trong 45-50 phút hoặc cho đến khi các cạnh đã chín nhưng phần giữa vẫn hơi rung nhẹ.

i) Lấy ra khỏi lò và để nguội đến nhiệt độ phòng.

j) Làm lạnh trong tủ lạnh ít nhất 2 giờ trước khi dùng.

k) Trang trí bằng hoa cơm tươi nếu muốn.

61.Kem hoa cơm cháy

THÀNH PHẦN:

- 1 ½ cốc sữa nguyên chất
- 2 cốc kem đặc
- ½ cốc kem chua
- 4 lòng đỏ trứng lớn
- ½ cốc mật ong
- 4-5 rượu hoa cơm cháy
- ½ muỗng cà phê chiết xuất vani
- nhúm muối

HƯỚNG DẪN:

a) Đánh lòng đỏ trứng và đặt sang một bên.

b) Trong một cái chảo có đáy nặng, trộn sữa, kem, kem chua, muối và mật ong.

c) Cắt từng bông hoa riêng lẻ vào hỗn hợp, loại bỏ càng nhiều vật liệu thân càng tốt. Đun trên lửa vừa cao cho đến khi nóng khuấy thường xuyên. KHÔNG SÔI.

d) Khi hỗn hợp sữa/kem nóng, dùng muôi múc đầy vào lòng đỏ trứng đánh thật đều. Từ từ đổ hỗn hợp trứng vào hỗn hợp sữa/kem, đánh lại thật mạnh.

e) Bắc chảo lên lửa vừa và tiếp tục nấu cho đến khi đặc lại và phủ lên mặt sau của thìa, khuấy liên tục. Loại bỏ khỏi nhiệt. Khuấy chiết xuất vani.

f) Đổ hỗn hợp qua rây mịn vào hộp hoặc bát để làm lạnh. Loại bỏ tàn dư hoa cơm cháy.

g) Sau khi hỗn hợp kem của bạn đã nguội hoàn toàn, hãy làm theo hướng dẫn của máy làm kem để đánh kem. Ngoài ra, nếu bạn không có máy làm kem, hãy đổ hỗn hợp vào khay nướng có viền và làm lạnh trong ngăn đá, dùng nĩa cạo hỗn hợp cứ sau nửa giờ cho đến khi đặc nhưng nhẹ.

62.Sorbet hoa cơm cháy

THÀNH PHẦN

- 2 cốc nước
- 1 cốc đường
- ¼ cốc nước ép hoa cơm cháy
- 2 thìa nước cốt chanh

HƯỚNG DẪN

a) Trong một cái chảo, kết hợp nước và đường. Đun trên lửa vừa cho đến khi đường tan hoàn toàn.

b) Tắt bếp và cho nước ép hoa cơm cháy và nước cốt chanh vào khuấy đều.

c) Để hỗn hợp nguội đến nhiệt độ phòng.

d) Đổ hỗn hợp vào máy làm kem và khuấy theo hướng dẫn của nhà sản xuất.

e) Sau khi khuấy, chuyển kem vào hộp có nắp đậy và đông lạnh trong vài giờ để cứng lại.

f) Phục vụ món kem hoa cơm cháy trong bát hoặc ly ướp lạnh để có một món tráng miệng tinh tế và đầy hoa.

63.Kem Elderflower & Dâu Đen

THÀNH PHẦN:

- 225g/8 oz quả mâm xôi 1 muỗng canh đường
- Kem đôi thùng 284ml, ướp lạnh
- 8 muỗng canh nước ép hoa cơm cháy
- Kem tươi hộp 142ml, ướp lạnh

HƯỚNG DẪN:

a) Cho quả mâm xôi vào nồi nhỏ và thêm đường. Đun nóng nhẹ, thỉnh thoảng khuấy cho đến khi nước ép từ trái cây chảy ra và hỗn hợp sôi.

b) Đun nhỏ lửa trong 2–3 phút cho đến khi quả mâm xôi rất mềm. (Ngoài ra, hãy cho quả mâm xôi và đường vào tô thích hợp và cho vào lò vi sóng ở chế độ Cao trong 2–3 phút hoặc cho đến khi quả rất mềm.)

c) Nhấn hỗn hợp dâu đen qua rây và loại bỏ hạt. Để hỗn hợp nhuyễn nguội rồi đậy nắp và để trong tủ lạnh khoảng 30 phút hoặc cho đến khi nguội hẳn.

d) Trong khi đó, đổ kem đôi vào bình, thêm nước hoa cơm cháy vào và khuấy đều cho đến khi mịn. Che và thư giãn trong 20–30 phút.

e) Khuấy hỗn hợp dâu đen vào hỗn hợp hoa cơm cháy cho đến khi mịn. Đổ kem tươi vào tô và đánh cho đến khi tạo thành chóp mềm.

f) Nhẹ nhàng trộn kem đã đánh bông vào hỗn hợp dâu đen.

g) Đổ hỗn hợp vào máy làm kem và đông lạnh theo hướng dẫn.

h) Chuyển sang thùng chứa thích hợp và đông lạnh cho đến khi cần thiết.

64.Mousse hoa cơm cháy

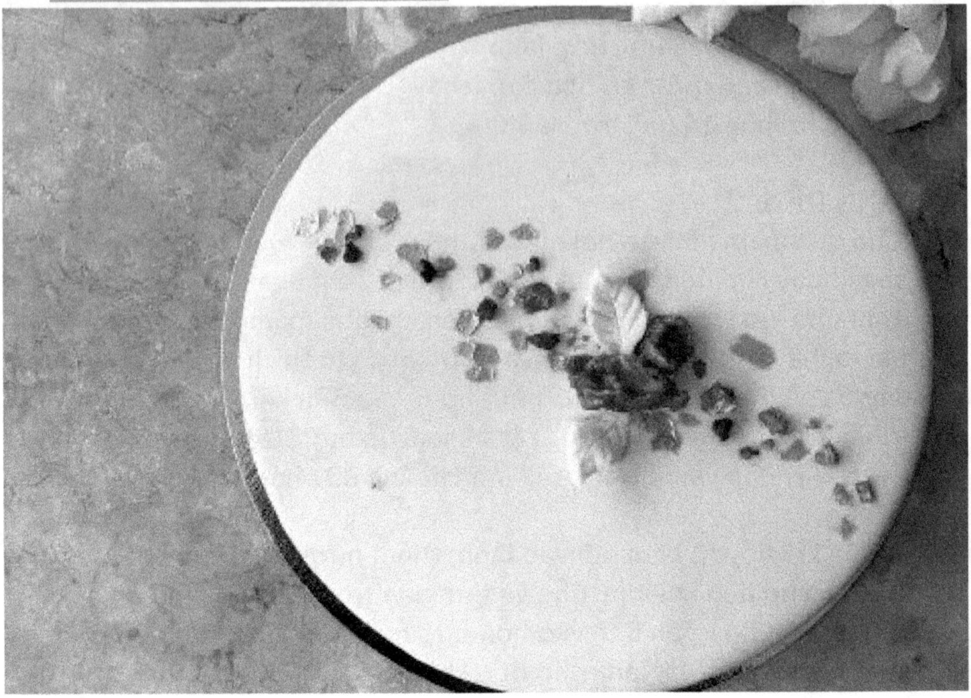

THÀNH PHẦN:

- 250 gram phô mai Mascarpone
- 200 gram sữa trứng mua ở cửa hàng
- 125 ml nước hoa cơm cháy
- 200 ml kem đôi, đánh nhẹ

HƯỚNG DẪN:

a) Bắt đầu bằng cách đánh nhẹ phô mai Mascarpone để làm mềm phô mai trong tô trộn.

b) Thêm sữa trứng mua ở cửa hàng vào phô mai Mascarpone và đánh cho đến khi hỗn hợp mịn và hòa quyện.

c) Cho nước hoa cơm cháy vào, bắt đầu với 125 ml. Bạn có thể điều chỉnh lượng theo sở thích của mình, thêm nhiều hơn nếu bạn muốn hương vị hoa cơm cháy đậm đà hơn. Hãy thận trọng để không đánh quá mạnh ở giai đoạn này; tốt nhất nên gấp nhẹ nhàng để tránh trộn quá kỹ. Bạn muốn duy trì kết cấu nhẹ và thoáng chứ không biến hỗn hợp thành bơ thân hoa cơm cháy.

d) Trong một bát riêng, đánh nhẹ kem đôi cho đến khi tạo thành chóp mềm.

e) Nhẹ nhàng trộn kem đã đánh bông vào hỗn hợp Mascarpone và hoa cơm cháy cho đến khi mọi thứ hòa quyện hoàn toàn. Một lần nữa, hãy cẩn thận đừng trộn quá kỹ vì bạn muốn duy trì kết cấu thoáng của mousse.

f) Nếm thử mousse và thêm nhiều nước hoa cơm cháy nếu muốn, điều chỉnh theo mức độ hương vị hoa cơm cháy ưa thích của bạn.

g) Sau khi hỗn hợp đã hòa quyện và bạn hài lòng với hương vị, hãy làm lạnh mousse trong tủ lạnh ít nhất nửa giờ trước khi dùng.

h) Khi sẵn sàng phục vụ, bạn có thể trang trí món mousse bằng hoa cơm cháy tươi hoặc một chút nước hoa cơm cháy bổ sung để có một món trình bày đẹp mắt.

i) Thưởng thức mousse hoa cơm cháy tự làm của bạn như một món tráng miệng nhẹ nhàng và trang nhã, hoàn hảo cho bất kỳ dịp nào.

65.Lê nướng với mật ong và hoa cơm cháy

THÀNH PHẦN:

- 4 quả lê chín lớn
- 1 muỗng canh nước ép hoa cơm cháy
- 4 ounce chất lỏng (khoảng 1/2 cốc) nước táo
- Một cục bơ không muối
- 2 thìa mật ong chảy
- Hạt nhục đậu khấu tươi
- 2 thìa kem đôi

HƯỚNG DẪN:

a) Làm nóng lò nướng của bạn ở nhiệt độ 150-160°C (khoảng 300-320°F) hoặc Gas Mark 3.

b) Giữ nguyên vỏ của quả lê và đặt chúng vào đĩa chịu nhiệt có nắp đậy bằng dầu mỡ.

c) Trong một bát nhỏ, trộn nước ép hoa cơm cháy và nước táo, sau đó đổ hỗn hợp này lên quả lê.

d) Rưới mật ong lên những quả lê và chấm chúng bằng bơ không muối.

e) Đậy nắp lên đĩa chịu nhiệt để đậy quả lê.

f) Nướng lê từ từ trong lò làm nóng trước khoảng một giờ. Nhiệt độ thấp hơn cho phép quả lê mềm ra một cách nhẹ nhàng và hấp thụ hương vị.

g) Sau khi lê đã chín và mềm, hãy lấy chúng ra khỏi lò và chuyển chúng sang đĩa phục vụ.

h) Đổ nước ép từ món ăn vào nồi và đun sôi.

i) Thêm 2 thìa kem đôi vào nước sôi, khuấy đều để tạo thành nước sốt đậm đà và thơm ngon.

j) Đổ hỗn hợp kem và nước ép lên quả lê đã nướng.

k) Kết thúc món ăn bằng cách rắc hạt nhục đậu khấu mới xay để tạo thêm hương thơm.

l) Dùng lê nướng với mật ong và sốt hoa cơm cháy khi còn ấm và thưởng thức sự hòa quyện hài hòa giữa các hương vị trong món tráng miệng thú vị này. Nó hoàn hảo cho một buổi tối ấm cúng hoặc một dịp đặc biệt.

66.Thạch hoa cơm cháy với kem rượu sâm panh

THÀNH PHẦN:

ĐỐI VỚI THẠCH CAO CỔ:

- 500 ml nước nóng
- 30 gram gelatine (ngâm trong 2 muỗng canh nước lạnh)
- 60 gram đường bột
- 250ml nước hoa cơm cháy
- Nước ép của 1 quả chanh vừa

PHỤC VỤ:

- 200 đến 300 ml kem sâm panh
- 3 quả mâm xôi
- Bánh quy hạnh nhân mỏng (tùy chọn)
- Sô cô la tan chảy (để trang trí, tùy chọn)
- Nhánh bạc hà (để trang trí)

HƯỚNG DẪN:

Thạch hoa cơm cháy:

a) Bắt đầu bằng cách làm thạch hoa cơm cháy. Trong một cái chảo không phản ứng, đun nóng nước nóng cho đến khi sôi.

b) Thêm gelatine đã ngâm vào và khuấy đều cho đến khi tan hoàn toàn.

c) Nhấc chảo ra khỏi bếp và cho đường vào khuấy đều cho đến khi hòa quyện hoàn toàn.

d) Thêm nước ép hoa cơm cháy và nước cốt của một quả chanh vừa vào hỗn hợp. Khuấy đều để kết hợp.

e) Đặt chảo ở nơi thoáng mát để hỗn hợp thạch nguội bớt. Nó sẽ trở nên khá lạnh trước khi sử dụng.

LẮP RÁP MÓN TRÁNG MIỆNG:

f) Trong khi thạch hoa cơm nguội đang nguội, hãy chọn ly hoặc bát phục vụ của bạn. Đặt 3 quả mâm xôi vào đáy mỗi ly rồi đặt ly lên khay. Làm lạnh chúng.

g) Tùy chọn, bạn có thể tạo một vòng xoáy sô cô la tan chảy xung quanh bên trong chiếc ly bạn đã chọn. Đây là một chi tiết trang trí nhưng không cần thiết.

h) Khi thạch hoa cơm cháy khá lạnh, hãy đổ đầy các ly đã chuẩn bị sẵn vào, cho phép khoảng 200 ml thạch mỗi khẩu phần.

i) Làm lạnh ly trong vài giờ cho đến khi thạch đông lại hoàn toàn hoặc qua đêm nếu có thể.

Phục vụ:

j) Khi sẵn sàng phục vụ, hãy múc một viên kem sâm panh cỡ vừa lên mỗi bộ thạch.

k) Trang trí với một chiếc bánh quy hạnh nhân mỏng nếu muốn.

l) Trang trí với một nhánh bạc hà để tạo cảm giác tươi mới.

67.Panna Cotta Với Sốt Hoa Cơm Cháy

THÀNH PHẦN:

PANNA COTTA DỪA VANILLA:

- 1 gói gelatin dạng hạt
- ¾ cốc nước cốt dừa
- 1 cốc kem dừa
- 1 cốc kem đặc
- 2 muỗng canh đường bột
- ½ muỗng cà phê bột đậu vani

SỐT BERRY hoa cơm cháy

- ½ cốc quả hỗn hợp tươi hoặc đông lạnh
- 4 bông hoa cơm cháy khô
- ¼ thìa đường bột

HƯỚNG DẪN:

PANNA COTTA DỪA VANILLA:

- Chuẩn bị bốn khuôn ramekin, khuôn hoặc ly nặng 4 ounce hoặc lớn hơn bằng cách bôi nhẹ chúng bằng dầu dừa hoặc dầu thực vật. Bạn có thể bỏ qua bước này nếu không đặt panna cotta lên khuôn. Tôi đã sử dụng 4 ly rượu vang Pháp làm khuôn. nhưng bạn có thể dễ dàng để nó trong ly để phục vụ.
- Trong một bát nhỏ, rắc gelatin lên trên 3 thìa nước mát. Trộn và để yên cho mềm.
- Trong một cái chảo nhỏ trên lửa vừa, đun nóng nước cốt dừa và kem cho đến khi nó bắt đầu sủi bọt ở các cạnh. Giảm nhiệt và thêm gelatin đã làm mềm vào, trộn cho đến khi tan chảy hoàn toàn.
- Nhấc chảo ra khỏi bếp và chuẩn bị một tô lớn đựng nước đá. Lọc hỗn hợp gelatin dừa vào một cái bát nhỏ hơn một chút và đặt cái bát đó vào nước đá. Nhẹ nhàng cạo bát bằng thìa cao su và trộn cho đến khi hỗn hợp nguội và bắt đầu đặc lại. Nếu hỗn hợp bắt đầu đông lại, hãy loại bỏ nó ngay lập tức.
- Đổ nước đá từ tô lớn ra và lau sạch. Cho kem đặc vào tô và trộn với đường bột cho đến khi tan. Dần dần thêm gelatin dừa vào cho đến khi trộn đều. Cố gắng không trộn quá mạnh để tránh tạo thành bọt khí.
- Đổ hỗn hợp vào khuôn, ly hoặc khuôn đã chuẩn bị sẵn. Đặt trong tủ lạnh ít nhất 4 giờ hoặc cho đến khi đông lại.
- Để tháo khuôn panna cotta của bạn, hãy nhúng các cạnh của khuôn vào nước ấm cho đến khi nó bắt đầu bong ra. Dùng ngón tay kéo nhẹ panna cotta ra khỏi mép. Sau đó, đảo ngược nó vào món ăn phục vụ của bạn.

SỐT BERRY hoa cơm cháy:

- Trong một cái chảo nhỏ trên lửa vừa cao, trộn 1 cốc nước với đường bột. Đun sôi và để sôi trong 1 phút. Tắt bếp và cho hoa Elderflower vào. Đặt sang một bên và để yên trong 30 phút.
- Loại bỏ hoa cơm cháy khô khỏi xi-rô và loại bỏ hoặc dự trữ để trang trí. Thêm các loại quả mọng vào chảo và đặt lại lên bếp và đun nóng ở mức trung bình cao.
- Đun sôi ở mức thấp và nấu cho đến khi hơi đặc lại.
- Làm lạnh nước sốt và để lạnh ít nhất 2 giờ trước khi dùng.

68.Hoa cơm cháy -Sangria Sorbet

THÀNH PHẦN:

- 2 cốc rượu vang đỏ
- 1 ly nước
- 1½ chén hoa cơm cháy khô
- 2 muỗng canh xi-rô ngô nhẹ
- 1 cốc đường
- Vỏ bào và nước ép của 1 quả cam nhỏ
- 1 quả đào nhỏ
- 1 quả táo chua nhỏ
- ½ chén nho đỏ
- ½ cốc dâu tây

HƯỚNG DẪN:

a) Trong một cái chảo, trộn rượu, nước, hoa cơm cháy, xi-rô ngô và ¾ cốc đường. Đun sôi trên lửa vừa và nấu trong 5 phút, khuấy đều để hòa tan đường.

b) Tắt bếp, cho vỏ cam và nước ép vào khuấy đều rồi để nguội đến nhiệt độ phòng.

c) Đổ hỗn hợp qua lưới lọc mịn đặt trên một cái bát. Đậy nắp và để lạnh cho đến khi lạnh, ít nhất 3 giờ hoặc qua đêm.

d) Khoảng 15 phút trước khi bạn sẵn sàng để đông lạnh kem, đào và thái hạt lựu mịn. Cắt lõi và thái hạt lựu mịn. Cắt nho làm đôi.

e) Vỏ và thái hạt lựu dâu tây. Cho tất cả trái cây vào tô, thêm ¼ cốc đường còn lại rồi trộn đều. Để qua một bên.

f) Làm đông lạnh và khuấy hỗn hợp Elderflower trong máy làm kem theo hướng dẫn của nhà sản xuất.

g) Khi kem đã được khuấy xong, chắt hỗn hợp trái cây vào rây lọc mịn, sau đó trộn trái cây vào kem.

h) Chuyển vào hộp, đậy nắp và để cứng trong tủ đông trong 2 đến 3 giờ.

GIA VỊ

69.Mật ong ngâm Elderf thấp hơn

THÀNH PHẦN:

- ¼ chén hoa cơm cháy (khô hoặc tươi - hữu cơ)
- 1 chén mật ong nguyên chất địa phương (chảy)

HƯỚNG DẪN:

a) Thêm nguyên liệu khô vào lọ của bạn
b) Che phủ hoàn toàn bằng mật ong
c) Niêm phong đầu
d) Để mật ong ngấm trong một tháng, lâu hơn nếu muốn
e) Sự căng thẳng
f) Đổ mật ong đã lọc vào lọ và làm quà tặng hoặc sử dụng theo ý muốn!

70.Rượu cơm cháy và cam thảo

THÀNH PHẦN:

- 25g (ít 1oz) quả cơm cháy
- 25g (ít 1oz) rễ echinacea
- 10g (1/4oz) rễ cam thảo
- 10g (1/4oz) củ gừng tươi, bào sợi
- 10g (1/4oz) thanh quế, bẻ thành từng miếng nhỏ
- 20g (3/4oz) bạc hà
- 400ml (14fl oz.) vodka chất lượng tốt

HƯỚNG DẪN:

a) Đảm bảo rằng tất cả nguyên liệu khô đều được thái nhỏ nhưng không thành bột.

b) Đặt tất cả nguyên liệu trừ rượu vodka vào lọ thủy tinh lớn có nắp đậy kín. Đổ vodka vào, đóng chặt nắp và lắc vài lần.

c) Dán nhãn lọ với tất cả các thành phần và ngày tháng. Đặt lọ vào tủ tối và lắc ít nhất một lần mỗi ngày trong 3 tuần.

d) Lọc lượng chứa trong lọ qua túi vải mỏng vào bình đo lường và đổ cồn vào chai thủy tinh màu hổ phách tiệt trùng có kích thước thích hợp (350–400ml/12–14fl oz.).

e) Niêm phong chai.

f) Dán nhãn với tất cả các thành phần và ngày bắt đầu ban đầu. Bắt đầu bằng cách uống một vài giọt mỗi ngày và tăng dần lên 1 thìa cà phê 2–3 lần một ngày. Sử dụng trong vòng 6 tháng.

71.Thuốc bảo vệ mùa đông Echinacea và cơm cháy

THÀNH PHẦN:

- 20g (3/4oz) củ gừng tươi
- 80g (23/4oz) rễ echinacea, tươi hoặc khô
- 20g (3/4oz) lá húng tây, tươi hoặc khô
- 2 tép tỏi (tùy chọn)
- 1 quả ớt tươi có hạt (tuỳ thích)
- 80g (23/4oz) quả cơm cháy, tươi hoặc khô
- 500ml (16fl oz.) vodka chất lượng tốt

HƯỚNG DẪN:

a) Cắt mỏng gừng tươi và rễ cúc dại, rút lá húng tây tươi ra khỏi thân và băm nhỏ tỏi và ớt (nếu dùng).

b) Nhẹ nhàng bóp quả cơm cháy. Đặt tất cả nguyên liệu vào một chiếc lọ lớn có nắp đậy chắc chắn. Đổ rượu vodka vào, trộn kỹ và đảm bảo tất cả nguyên liệu đều được ngâm hoàn toàn.

c) Đóng chặt nắp và đặt lọ vào tủ tối. Kiểm tra nó mỗi ngày, lắc bình vài lần. Sau 3 tuần, mở lọ, lọc nguyên liệu qua túi vải mỏng, thu chất lỏng vào chai thủy tinh màu hổ phách đã khử trùng, dán nhãn tên của tất cả các nguyên liệu và ngày tháng.

72.Sốt táo, lê và cơm cháy

THÀNH PHẦN:

- 31/2 quả táo, gọt vỏ, bỏ lõi và cắt nhỏ
- 1/3 quả lê gọt vỏ, bỏ lõi và cắt nhỏ
- 12 quả cơm cháy chín, rửa sạch, bỏ hết cuống
- 20 quả mâm xôi chín, rửa sạch

HƯỚNG DẪN:

a) Cho tất cả nguyên liệu vào máy xay hoặc máy xay thực phẩm và xay cho đến khi mịn.

b) Chia thành hai ly và đổ xi-rô cơm cháy và hoa cơm cháy lên trên để tăng cường hàm lượng kháng vi-rút trong sinh tố.

73.Sốt cà chua hoa cơm cháy

THÀNH PHẦN:

- 2 cốc cà chua thái hạt lựu (đóng hộp hoặc tươi)
- ¼ chén trà Elderflower (ủ mạnh và để nguội)
- 2 muỗng canh bột cà chua
- 1 muỗng canh dầu ô liu
- 2 tép tỏi, băm nhỏ
- 1 muỗng cà phê húng quế khô
- 1 thìa cà phê lá oregano khô
- ½ muỗng cà phê đường (tùy chọn, để cân bằng độ axit)
- Muối và hạt tiêu cho vừa ăn
- Húng quế tươi để trang trí

HƯỚNG DẪN:

a) Trong chảo, đun nóng dầu ô liu trên lửa vừa. Thêm tỏi băm vào xào cho đến khi có mùi thơm.

b) Thêm cà chua thái hạt lựu, trà Elderflower, bột cà chua, húng quế khô, lá oregano khô, đường (nếu dùng), muối và hạt tiêu vào nồi. Khuấy đều để kết hợp.

c) Đun sôi nước sốt, sau đó giảm nhiệt xuống thấp và để sôi trong khoảng 15-20 phút để các hương vị hòa quyện với nhau và nước sốt hơi đặc lại.

d) Nếm thử và điều chỉnh gia vị nếu cần.

e) Tắt bếp và trang trí với húng quế tươi. Sử dụng nước sốt cà chua ngâm hoa cơm cháy làm lớp nền đầy hương vị cho các món mì ống, pizza hoặc làm nước chấm cho món khai vị.

74.chia hoa cơm cháy

THÀNH PHẦN:

- 2 cốc quả mọng tươi hoặc đông lạnh (chẳng hạn như dâu tây, quả mâm xôi hoặc quả việt quất)
- ¼ cốc xi-rô hoa cơm cháy
- 2 thìa hạt chia
- 1 muỗng canh mật ong hoặc chất làm ngọt bạn chọn (tùy chọn)

HƯỚNG DẪN:

a) Trong một cái chảo, trộn các loại quả mọng và xi-rô hoa cơm cháy hoặc trà cô đặc.

b) Đun sôi hỗn hợp ở lửa vừa, thỉnh thoảng khuấy và nghiền quả mọng bằng thìa hoặc nĩa.

c) Nấu quả mọng trong khoảng 5-10 phút hoặc cho đến khi chúng vỡ ra và tiết ra nước.

d) Khuấy hạt chia và mật ong hoặc chất làm ngọt (nếu dùng) và tiếp tục nấu thêm 5 phút nữa, khuấy thường xuyên cho đến khi mứt đặc lại.

e) Nhấc chảo ra khỏi bếp và để mứt nguội trong vài phút.

f) Chuyển mứt chia Elderflower vào lọ hoặc hộp đựng và để lạnh cho đến khi đạt độ sệt có thể phết được.

g) Phết mứt chia Elderflower lên bánh mì nướng, hoặc bánh mì tròn, hoặc dùng nó làm lớp phủ cho bánh kếp hoặc bột yến mạch để tạo hương vị trái cây và hương hoa cho bữa sáng của bạn.

.

75.Salsa hoa cơm cháy

THÀNH PHẦN:

- 2 quả cà chua chín, thái hạt lựu
- ½ củ hành đỏ, thái nhỏ
- ½ quả ớt jalapeño, bỏ hạt và thái nhỏ
- 2 muỗng canh xi-rô hoa cơm cháy
- Nước ép 1 quả chanh
- Lá ngò tươi, xắt nhỏ
- Muối và hạt tiêu cho vừa ăn
- Bánh tortilla hoặc bánh mì pita để phục vụ

HƯỚNG DẪN:

a) Trong một cái bát, kết hợp cà chua thái hạt lựu, hành tây đỏ, ớt jalapeño, xi-rô hoa cơm cháy hoặc trà cô đặc, nước cốt chanh và ngò cắt nhỏ.

b) Nêm muối và hạt tiêu cho vừa ăn.

c) Khuấy đều để kết hợp tất cả các thành phần.

d) Để salsa Elderflower trong khoảng 15-20 phút để các hương vị hòa quyện với nhau.

e) Phục vụ salsa Elderflower với bánh tortilla hoặc bánh mì pita để có một bữa ăn nhẹ sôi động và hấp dẫn.

76.Nước hoa anh đào- Elderflower

THÀNH PHẦN:

- 2 pound quả anh đào Bing tươi hoặc đông lạnh, bỏ hạt (khoảng 4½ cốc)
- ¾ cốc đường
- ½ cốc nước
- ¾ chén hoa cơm cháy khô
- 1 nhúm muối kosher lớn

HƯỚNG DẪN:

a) Trong một cái chảo lớn có đáy nặng, kết hợp tất cả nguyên liệu.

b) Đun sôi ở lửa vừa, sau đó giảm lửa để duy trì lửa nhỏ và nấu, thỉnh thoảng khuấy cho đến khi nước đủ đặc để phủ lên mặt sau của thìa, khoảng 10 phút. Tắt bếp và để nguội.

c) Được bảo quản trong hộp kín trong tủ lạnh, compote sẽ giữ được tối đa 1 tuần.

COCKTAIL VÀ MOCKTAIL

77.Hibiscus Spritz

THÀNH PHẦN:

- 2 ounce prosecco hoặc rượu vang sủi
- Xi-rô dâm bụt 1 ounce
- ½ ounce rượu mùi hoa cơm cháy
- Câu lạc bộ soda
- Những lát chanh hoặc hoa ăn được để trang trí
- Khối nước đá

HƯỚNG DẪN:

a) Đổ đầy ly rượu bằng đá viên.
b) Thêm xi-rô hoa dâm bụt và rượu mùi hoa cơm cháy vào ly.
c) Khuấy nhẹ nhàng để hòa quyện các hương vị.
d) Đổ rượu prosecco hoặc rượu vang sủi lên trên ly.
e) Thêm một chút soda câu lạc bộ để có kết thúc sủi bọt.
f) Trang trí bằng lát chanh hoặc hoa ăn được.
g) Khuấy nhẹ nhàng trước khi nhấm nháp.
h) Thưởng thức Hibiscus Spritz sủi bọt và đầy hoa.

78.Cocktail hoa cơm cháy Prosecco

THÀNH PHẦN:

- 1 oz rượu mùi hoa cơm cháy (chẳng hạn như St-Germain)
- ½ oz nước cốt chanh tươi
- Prosecco, ướp lạnh
- Hoa ăn được để trang trí (tùy chọn)

HƯỚNG DẪN:

a) Đổ đầy ly rượu bằng đá viên.

b) Thêm rượu mùi hoa cơm cháy và nước cốt chanh tươi.

c) Đổ Prosecco ướp lạnh lên trên.

d) Khuấy nhẹ nhàng để kết hợp.

e) Trang trí bằng hoa ăn được nếu muốn.

f) Nhấm nháp và thưởng thức Cocktail Prosecco Elderflower đầy hoa và sủi bọt.

79.Rượu khai vị Saké vải thiều

THÀNH PHẦN:

- 2 ounce rượu sake (sake khô hoặc bán khô đều được)
- 1 ounce rượu mùi vải thiều (hoặc xi-rô vải thiều cho phiên bản không cồn)
- ½ ounce rượu mùi hoa cơm cháy (chẳng hạn như St. Germain)
- ½ ounce nước cốt chanh mới vắt
- Khối nước đá
- Vải thiều tươi hoặc chanh, để trang trí

HƯỚNG DẪN:

a) Trong bình lắc cocktail, kết hợp rượu sake, rượu mùi vải thiều (hoặc xi-rô), rượu mùi hoa cơm cháy và nước cốt chanh mới vắt.

b) Đổ đầy đá viên vào máy lắc.

c) Lắc mạnh hỗn hợp trong khoảng 10-15 giây để nguyên liệu nguội và hòa quyện hương vị.

d) Lọc rượu khai vị vào ly martini ướp lạnh hoặc trên đá trong ly đá.

e) Trang trí bằng một quả vải tươi hoặc một lát chanh để tăng thêm vẻ sang trọng.

80.Thảo dược Gin Fizz

THÀNH PHẦN:

- 2 ounce rượu gin
- 1 ounce rượu mùi hoa cơm cháy
- 1 ounce nước cốt chanh tươi
- ½ ounce xi-rô đơn giản
- Lá húng quế tươi
- Câu lạc bộ soda
- Khối nước đá
- Bánh chanh và nhánh húng quế, để trang trí

HƯỚNG DẪN:

a) Trộn vài lá húng quế trong bình lắc với rượu gin, rượu mùi hoa cơm cháy, nước cốt chanh và xi-rô đơn giản.

b) Thêm đá và lắc đều. Lọc vào ly highball chứa đầy đá.

c) Đổ soda câu lạc bộ lên trên.

d) Trang trí với một lát chanh và một nhánh húng quế tươi.

81. Cây dâm bụt

THÀNH PHẦN:

- 2 ounce rượu vodka ngâm hoa dâm bụt
- 1 ounce rượu mùi hoa cơm cháy
- ½ ounce nước cốt chanh
- Nuoc soda
- Hoa dâm bụt và bánh chanh để trang trí

HƯỚNG DẪN:

a) Kết hợp rượu vodka pha hoa dâm bụt, rượu mùi hoa cơm cháy và nước cốt chanh trong ly sâm panh.

b) Đổ đầy nước soda. Trang trí bằng một bông hoa dâm bụt và một lát chanh.

82.Đào Rosé Sangria

THÀNH PHẦN:

- 4 quả đào, thái lát
- 2 cốc quả mâm xôi tươi hoặc đông lạnh
- 1 miếng gừng tươi (1 inch), gọt vỏ và xay nhuyễn
- 1 chai (750 ml) rượu vang hồng, chẳng hạn như Pasqua 11 Minutes Rosé
- Rượu mùi hoa cơm cháy 4 ounce, chẳng hạn như St-Germain
- Nước ép của 1 quả bưởi (khoảng ¼ cốc)
- Nước cốt 1 quả chanh (khoảng 2 thìa canh)
- Nước có ga, để phủ lên trên
- Lá bạc hà hoặc húng quế tươi để phục vụ

HƯỚNG DẪN:

a) Trong một bình lớn, trộn đào, quả mâm xôi, gừng, hoa hồng, rượu mùi hoa cơm cháy, nước ép bưởi và nước cốt chanh. Làm lạnh trong tủ lạnh cho đến khi sẵn sàng phục vụ.

b) Đổ đá vào sáu ly và đổ sangria vào. Đổ nước có ga lên trên và trang trí bằng bạc hà.

83.Hoa cơm cháy Mimosas màu cam máu

THÀNH PHẦN:

- chai rượu vang trắng sủi bọt 750 ml
- 8 thìa cà phê rượu tequila bạc
- 8 thìa cà phê rượu hoa cơm cháy
- ⅓ cốc nước cam tươi vắt
- 1 quả cam máu, thái lát mỏng để trang trí (tùy chọn)

HƯỚNG DẪN:

a) Nếu muốn, hãy đặt một lát cam đỏ vào mỗi ly trong số bốn ly sâm panh để trang trí trang nhã.

b) Đổ 2 thìa cà phê rượu tequila bạc vào mỗi ly sâm panh, chia đều cho chúng.

c) Tiếp theo, thêm 2 thìa cà phê rượu mùi hoa cơm cháy vào mỗi ly.

d) Tương tự, chia nước cam tươi vắt vào giữa bốn ly sâm panh. Mỗi cây sáo sẽ nhận được khoảng dưới 4 thìa nước ép.

e) Cẩn thận rót rượu vang trắng sủi bọt vào từng ly, để bọt lắng xuống giữa các lần rót. Đổ đầy rượu vang sủi vào từng ly.

f) Hãy phục vụ ngay món Elderflower Blood Orange Mimosas và thưởng thức sự kết hợp tuyệt vời giữa hương vị và độ sủi bọt.

84. Hibiscus Spritz

THÀNH PHẦN:

- 2 ounce prosecco hoặc rượu vang sủi
- Xi-rô dâm bụt 1 ounce
- ½ ounce rượu mùi hoa cơm cháy
- Câu lạc bộ soda
- Những lát chanh hoặc hoa ăn được để trang trí
- Khối nước đá

HƯỚNG DẪN:

a) Đổ đầy ly rượu bằng đá viên.
b) Thêm xi-rô hoa dâm bụt và rượu mùi hoa cơm cháy vào ly.
c) Khuấy nhẹ nhàng để hòa quyện các hương vị.
d) Đổ rượu prosecco hoặc rượu vang sủi lên trên ly.
e) Thêm một chút soda câu lạc bộ để có kết thúc sủi bọt.
f) Trang trí bằng lát chanh hoặc hoa ăn được.
g) Khuấy nhẹ nhàng trước khi nhấm nháp.
h) Thưởng thức Hibiscus Spritz sủi bọt và đầy hoa.

85.Rượu Vodka Lựu-Thyme Spritz

THÀNH PHẦN:

- ¼ cốc mật ong
- 2 nhánh húng tây tươi và nhiều hơn nữa để phục vụ
- 1 miếng gừng tươi (1 inch), gọt vỏ và thái lát
- 8 ounce rượu vodka
- Rượu mùi hoa cơm cháy 4 ounce, chẳng hạn như St-Germain
- 1 ⅓ cốc nước ép lựu
- Nước ép của 2 quả chanh
- 3 đến 4 (12 ounce) bia gừng

HƯỚNG DẪN:

a) Trong một cái chảo vừa, kết hợp mật ong, húng tây, gừng và ½ cốc nước trên lửa cao. Đun sôi và nấu cho đến khi gừng có mùi thơm, khoảng 5 phút. Lấy chảo ra khỏi bếp và để xi-rô nguội đến nhiệt độ phòng. Loại bỏ và loại bỏ húng tây và gừng.

b) Trong một bình lớn, trộn xi-rô, rượu vodka, rượu mùi hoa cơm cháy, nước ép lựu và nước cốt chanh. Làm lạnh trong tủ lạnh cho đến khi sẵn sàng phục vụ, ít nhất 1 giờ.

86.Mocktail hơi thở của rồng

THÀNH PHẦN:

- 4 đến 6 viên đá
- 2 ounce cà phê
- 1 muỗng cà phê si-rô hoa cơm cháy
- 1 thìa nước cam
- 1 muỗng cà phê xi-rô hun khói đơn giản

HƯỚNG DẪN:

a) Đổ mùn cưa vào máy hút thuốc và đốt theo hướng dẫn của nhà sản xuất.

b) Giữ một ly rượu mạnh lộn ngược.

c) Lắp ống hút thuốc vào ly và đổ khói vào cho đến khi bạn không thể nhìn xuyên qua kính.

d) Đậy chặt cốc bằng một tấm lót để giữ khói và dựng thẳng đứng.

e) Đặt các viên đá vào máy lắc.

f) Thêm cà phê, xi-rô hoa cơm cháy, nước cam và xi-rô hun khói đơn giản vào rồi khuấy trong khoảng 20 giây.

g) Mở nắp snifter và ngay lập tức cho Mocktail vào đó.

h) Phục vụ ngay lập tức khi khói vẫn còn tràn ra từ ly.

87.Phi công già

THÀNH PHẦN:

- 8 ml rượu mùi maraschino
- 15ml nước lạnh
- 15 ml rượu hoa cơm cháy
- 15 ml nước cốt chanh
- 60 ml rượu gin khô London

HƯỚNG DẪN:

a) Lắc nguyên liệu với đá và lọc vào ly ướp lạnh.
b) Trang trí bằng cách xoắn vỏ chanh.

88.Tiếng Anh Martini

THÀNH PHẦN:

- 30 ml rượu hoa cơm cháy
- 1 nhánh hương thảo
- 75 ml rượu gin khô London

HƯỚNG DẪN:

a) Tách lá hương thảo khỏi thân và trộn đều trong bình lắc. Cho các nguyên liệu khác vào, lắc với đá rồi lọc vào ly đã ướp lạnh.

b) Trang trí bằng nhánh hương thảo.

89.Hoa Elder Rose Martini

THÀNH PHẦN:

- 8ml nước hoa hồng
- 15ml nước lạnh
- 15 ml rượu vermouth khô
- 15 ml rượu hoa cơm cháy
- 60 ml rượu gin khô London

HƯỚNG DẪN:

a) Khuấy các thành phần với đá và lọc vào ly ướp lạnh.

b) Trang trí bằng cánh hoa hồng.

90.Champagne hoa cơm cháy

THÀNH PHẦN:

- 2 đầu hoa cơm cháy nở rộ
- 1,5 pound đường trắng
- 2 muỗng canh giấm rượu vang trắng
- 1 gallon nước lạnh
- 1 quả chanh

HƯỚNG DẪN:

a) Bắt đầu bằng cách thu hoạch những bông hoa cơm cháy khi chúng nở rộ. Chọn hoa tươi và có mùi thơm.

b) Đặt đầu hoa cơm cháy vào tô lớn.

c) Cắt chanh và thêm nước ép vào bát. Bào vỏ chanh, cẩn thận tránh để cả phần cùi trắng và cho vào bát.

d) Đổ đường trắng và giấm rượu trắng vào.

e) Thêm gallon nước lạnh vào bát để tạo lớp nền cho rượu sâm panh hoa cơm cháy của bạn.

f) Khuấy đều hỗn hợp, đảm bảo đường tan hoàn toàn.

g) Đậy bát và để hỗn hợp ngấm trong 24 giờ. Điều này cho phép các hương vị hòa quyện và phát triển.

h) Sau thời gian ngâm, lọc chất lỏng từ bát vào các chai chắc chắn, có nắp đậy kín. Bạn có thể sử dụng chai thủy tinh sạch và đảm bảo chúng có nắp đậy kín.

i) Nút chặt các chai rồi đặt chúng nằm nghiêng.

j) Để rượu sâm panh hoa cơm cháy lên men trong khoảng hai tuần. Trong thời gian này, nó sẽ cacbonat hóa một cách tự nhiên, mang lại chất lượng sủi bọt đặc trưng.

k) Sau thời gian lên men, rượu sâm panh hoa cơm cháy của bạn sẽ sẵn sàng để uống.

l) Khi phục vụ, hãy làm lạnh rượu sâm panh hoa cơm cháy và rót vào ly. Đó là một loại đồ uống có ga tự chế, thú vị với hương vị độc đáo và sảng khoái.

m) Thưởng thức rượu sâm panh hoa cơm cháy tự làm của bạn như một sự thay thế đáng yêu và tự nhiên cho đồ uống có ga thương mại. Hãy thận trọng về việc tích tụ áp suất trong chai trong quá trình lên men, đồng thời đảm bảo sử dụng chai bền và theo dõi chúng trong suốt quá trình để ngăn ngừa bất kỳ tai nạn nào.

91.Vụ nổ rượu cơm cháy

THÀNH PHẦN:

- 15 ml nước cốt chanh
- 30 ml rượu hoa cơm cháy
- 2 lát chanh đắng
- 60 ml rượu gin khô London 3 lá húng quế tươi với nước tăng lực

HƯỚNG DẪN:

a) Trộn nhẹ húng quế (chỉ để làm bầm) trong đế bình lắc.
b) Cho các nguyên liệu khác trừ thuốc bổ vào, lắc với đá rồi lọc vào ly chứa đầy đá.
c) Đổ nước tăng lực lên trên.
d) Trang trí bằng cách xoắn vỏ chanh.

92.Thiết kế lớn của Elderflower

THÀNH PHẦN:

- 8 ml rượu vermouth khô
- 22 ml nước ép dứa
- 30 ml rượu hoa cơm cháy
- 45 ml rượu gin khô London Nhánh hương thảo

HƯỚNG DẪN:

a) Trộn đều hương thảo trong bình lắc.
b) Cho các nguyên liệu khác vào, lắc với đá rồi lọc vào ly đã ướp lạnh.
c) Trang trí bằng nhánh hương thảo.

93.Martini hoa tháng năm

THÀNH PHẦN:

- 15 ml nước táo
- 15 ml rượu mùi rượu mơ
- 15 ml rượu hoa cơm cháy
- 15 ml nước cốt chanh
- 45 ml rượu gin khô London

HƯỚNG DẪN:

a) Lắc nguyên liệu với đá và lọc vào ly ướp lạnh.

b) Trang trí bằng cách xoắn vỏ chanh.

94. Mùa thu sao băng Elderflower

THÀNH PHẦN:

- 45 ml calvados
- 45 ml rượu hoa cơm cháy
- 45 ml rượu táo khô vừa
- 45 ml nước táo

HƯỚNG DẪN:

a) Lắc nguyên liệu với đá và lọc vào ly chứa đầy đá.
b) Trang trí bằng lát táo.

95.Hoa cơm cháy lấp lánh

THÀNH PHẦN:

- 22 ml rượu hoa cơm cháy
- 90 ml rượu vodka
- rượu sâm panh tàn bạo

HƯỚNG DẪN:

a) Lắc hai thành phần đầu tiên với đá và lọc vào ly ướp lạnh.
b) Top với Champagne.
c) Trang trí bằng cách xoắn vỏ chanh.

96.Cập nhật hoa cơm cháy

THÀNH PHẦN:

- 8 ml rượu schnapps đào
- 15 ml rượu hoa cơm cháy
- 52 ml nước táo
- 60 ml bất cứ lúc nào

HƯỚNG DẪN:

a) Lắc nguyên liệu với đá và lọc vào ly ướp lạnh.

b) Trang trí bằng nêm đào.

97.Hoa Vụ Nổ Martini

THÀNH PHẦN:

- 8 ml rượu mùi créme de Violette
- 15 ml rượu vermouth khô
- 15 ml rượu hoa cơm cháy
- 60 ml rượu gin khô London

HƯỚNG DẪN:

a) Lắc nguyên liệu với đá và lọc vào ly ướp lạnh.
b) Trang trí bằng cách xoắn vỏ cam.

98.Margarita hoa cơm cháy

THÀNH PHẦN:

- 2 ounce rượu tequila
- 1 ounce xi-rô hoa cơm cháy
- Nước cốt chanh 1 ounce
- Muối hoặc đường để viền kính
- Miếng chanh để trang trí
- Khối nước đá

HƯỚNG DẪN:

a) Đổ muối hoặc đường vào ly margarita bằng cách làm ẩm thành bằng một miếng chanh rồi nhúng vào đĩa nông chứa đầy muối hoặc đường.

b) Trong bình lắc, trộn rượu tequila, xi-rô hoa cơm cháy, nước cốt chanh và một ít đá viên.

c) Lắc mạnh cho đến khi kết hợp tốt và ướp lạnh.

d) Lọc hỗn hợp vào ly margarita đã chuẩn bị sẵn chứa đầy đá tươi.

e) Trang trí bằng một lát chanh.

f) Hãy phục vụ và thưởng thức món Elderflower Margarita tươi mát và sôi động này.

99.Mojito hoa cơm cháy

THÀNH PHẦN:

- 2 ounce rượu rum trắng
- 1 ounce xi-rô hoa cơm cháy
- Nước ép 1 quả chanh
- 4-6 lá bạc hà tươi
- Nuoc soda
- Những lát chanh và nhánh bạc hà tươi để trang trí
- Khối nước đá

HƯỚNG DẪN:

a) Trong ly, trộn lá bạc hà tươi với nước cốt chanh để giải phóng hương vị của chúng.
b) Đổ đầy ly bằng đá viên.
c) Thêm rượu rum trắng và xi-rô hoa cơm cháy vào ly.
d) Khuấy đều để kết hợp các thành phần.
e) Đổ nước soda lên trên ly.
f) Trang trí với lát chanh và nhánh bạc hà tươi.
g) Khuấy nhẹ nhàng trước khi nhấm nháp.
h) Thưởng thức Elderflower Mojito sôi động và sảng khoái.

100.Xịt hoa cơm cháy

THÀNH PHẦN:

- 2 ounce prosecco hoặc rượu vang sủi
- 1 ounce xi-rô hoa cơm cháy
- ½ ounce rượu mùi hoa cơm cháy
- Câu lạc bộ soda
- Những lát chanh hoặc hoa ăn được để trang trí
- Khối nước đá

HƯỚNG DẪN:

a) Đổ đầy ly rượu bằng đá viên.
b) Thêm xi-rô hoa cơm cháy và rượu mùi hoa cơm cháy vào ly.
c) Khuấy nhẹ nhàng để hòa quyện các hương vị.
d) Đổ rượu prosecco hoặc rượu vang sủi lên trên ly.
e) Thêm một chút soda câu lạc bộ để có kết thúc sủi bọt.
f) Trang trí bằng lát chanh hoặc hoa ăn được.
g) Khuấy nhẹ nhàng trước khi nhấm nháp.
h) Thưởng thức Elderflower Spritz sủi bọt và đầy hoa.

PHẦN KẾT LUẬN

Khi chúng tôi kết thúc hướng dẫn nấu ăn toàn diện với hoa cơm cháy này, chúng tôi hy vọng bạn đã được truyền cảm hứng để bắt tay vào cuộc phiêu lưu ẩm thực của riêng mình. Elderflowers, với hương thơm tinh tế và quyến rũ, có khả năng nâng các món ăn và đồ uống của bạn lên một tầm cao mới. Từ niềm vui đơn giản của nước chanh ngâm hoa cơm cháy cho đến sự tinh tế của các món ăn có gia vị hoa cơm cháy, không có giới hạn nào cho những gì bạn có thể sáng tạo.

Hãy nhớ rằng hoa cơm cháy không chỉ là một nguyên liệu mà còn là cách kết nối với thiên nhiên và truyền thống. Cho dù bạn đang tự thu hoạch hoa hay sử dụng các sản phẩm hoa cơm cháy, sức hấp dẫn độc đáo của chúng đều có thể được chia sẻ với những người thân yêu quanh bàn ăn của bạn. Vì vậy, hãy thu thập các công cụ của bạn, chọn công thức nấu ăn của bạn và bắt đầu khám phá thế giới ẩm thực hoa cơm cháy. Nhà bếp của bạn là bức vẽ và hoa cơm cháy là bảng màu của bạn. Cầu mong những sáng tạo ẩm thực của bạn cũng thú vị và khó quên như chính những bông hoa cơm cháy đầy mê hoặc.

www.ingramcontent.com/pod-product-compliance
Lightning Source LLC
LaVergne TN
LVHW011031061026
849535LV00006B/2056